மனிதி

தமிழன் தினா

பல கனவுகளோடு தனது வாழ்நாளில் யாரை இழக்கக் கூடாது என நினைத்த நபரை இழந்து வாடும் அனைவருக்கும் இந்த கதை சமர்ப்பணம்.

பொருளடக்கம்

அணிந்துரை

வாசகர்களுக்கு வணக்கம்! இப்படி ஒரு சந்திப்பை நானும் எதிர்பார்க்கவில்லை. ஒரு புத்தகத்திற்கு அணிந்துரை எழுதும் அளவிற்கு வளர்ந்து விட்டேனோ? என்று என்னை நானே கேட்டுகொண்டே இந்த அணிந்துரையை எழுதியுள்ளேன்.

முதலில் தமிழன் தீனா அவருக்கு என் வாழ்த்துக்கள் . இந்த தலைப்பு என்னை மிகவும் ஈர்த்த ஒரு தலைப்பாக இருந்தது. சரி இந்த புத்தகத்திற்கு வருவோம்! அடிப்படையில் வாழ்க்கை என்பது ஒரு பயணம் , அப்படி பயணிக்கும் நாம் சந்திக்கும் ஒவ்வொருவரும் நம் வாழ்க்கையில் நேரடியாகவோ மறைமுகமாகவோ தெரிந்தோ தெரியாமலோ நம்முடனும் நம் வாழ்க்கையிலும் தாக்கத்தை ஏற்படுத்தி செல்கின்றனர்.

அப்படி சக மனித வாழ்க்கையை பற்றிய ஒரு கதை தொகுப்பு தான் இந்த புத்தகம். இந்த மனிதர்கள் எப்பொழுதும் விசித்திரமானவர்கள் அவர்களை பற்றி அவர்களுக்கு ஒவ்வொரு விதமான கருத்துக்கள் உள்ளன . அப்படி தமிழன் தீனா அவரின் பார்வையில் மனிதர்கள் தான் இந்த மனிதி.

-Dr. இன்ப பிரபஞ்சன்.ஜெ

நன்றி

எனது பள்ளிப் பருவத்தில் நான் எந்தவித போட்டிகளிலும் கலந்துகொள்ள மாட்டேன். அப்படிப்பட்ட என்னை கட்டுரை எழுதுதல் மற்றும் பேச்சுப்போட்டியில் கலந்துகொண்டு பரிசு பெற வைத்த எனது தமிழ் ஆசிரியை திருமதி. கோமதி அவர்களுக்கு எனது முதல் நன்றிகள். நான் கேட்டதற்கி-ணங்க அவரின் பல வேலை பளுவினுடையே இந்த புத்-தகத்திற்காக நேரம் ஒதுக்கி அணிந்துரை எழுதிகொடுத்த மருத்துவர், எழுத்தாளர் திரு. இன்ப பிரபஞ்சன் அவர்க-ளுக்கு எனது நன்றிகள். என்னை ஊக்குவிக்கும் எனது நண்பர்களுக்கும் நன்றிகள். இந்த நூலை வாசிக்கப் போகும் உங்களுக்கும் எனது நன்றிகள்.

1

என்ன ஆச்சு ?

இப்பல்லாம் நல்லவங்களுக்கு காலமே இல்லடி ராசாத்தி.''

"ஏண்டி அப்படி சொல்லுற?''

"இப்பலாம் நடக்குரத்தப்பதா அப்டிதாண்டி தோணுது.''

"அங்க பாரு அவ எப்படி கதறி அழுவுறா!''

"ஆமாடி அப்பறோம் அவ என்ன பண்ணுவா?''

"ஆமா எங்க வந்துருக்காங்களாம்?''

"தெரிலடி.''

"யான்?''

"இல்ல கௌம்பி ரொம்ப நேரம் ஆகுதுன்னு சொல்றாங்க அதான் கேட்டேன்.''

"ம்ம்.''

"இரு, இங்க யாரு கிட்டயாவது கேக்கலாம்.''

"அக்கா, எங்க வந்துருக்காங்களாம்?''

"பக்கத்துல வந்துட்டாங்களாம்.''

"ம்ம்.''

"அந்த பையன பாத்தாலே பாவமா இருக்கு.''

"அந்த பச்சை புள்ள அதுக்கும் மேல பாவமா இருக்கு.''

"அக்கா, அதோ வந்துட்டாங்க.''

"வாடி போயி பாக்கலாம்.''

(ரேடியோவில் ஒப்பாரி பாடல் ஒலிக்கிறது)

என்ன பெத்த ராசா , எங்கள்லாம் விட்டுட்டு எங்கயா போன ?
நிலவோ நிலவுதவி என்ரை ராசா
எனக்குநிலவுபட்டால் ஆருதவி ..
பொழுதோ போழுதுதவி என்ரை ராசா
எனக்குப் பொழுதுபட்டால் ஆருதவி ..
கொத்த வேண்டாம் வெட்ட வேண்டாம்
என்ரை நீல நையினார் நீஎனக்கொருகொள்ளி வைச்சால் காணு-மடா
பார்க்க வேண்டாம் எடுக்க வேண்டாம்
என்ரை நீல நையினார் நீ எனக்குப்
பால் வார்த்தால் காணுமடா ..நான் பெத்தேன் பிலாப் பழத்தை
இப்ப
பிச்சு வைச்சேன் சந்தைலை ..
பள்ளிக்கூடம் தூரமெண்டு
என்ரை ராசாவை
நான் பக்கத்தே வைச்சிருந்தென்.
என்ன பெத்த ராசா , எங்கள்லாம் விட்டுட்டு எங்கயா போன ?
நிலவோ நிலவுதவி என்ரை ராசா
எனக்கு
நிலவுபட்டால் ஆருதவி ..
பொழுதோ போழுதுதவி என்ரை ராசா
எனக்குப் பொழுதுபட்டால் ஆருதவி ..
கொத்த வேண்டாம் வெட்ட வேண்டாம்
என்ரை நீல நையினார் நீ
எனக்கொரு
கொள்ளி வைச்சால் காணுமட
பார்க்க வேண்டாம் எடுக்க வேண்டாம்
என்ரை நீல நையினார் நீ எனக்குப்
பால் வார்த்தால் காணுமடா .. (ஒப்பாரி பாடல்)

"சதீஸ், நீ போயி மாலை, பட்டாசு, என்னென்னா வாங்கணுமோ அதெல்லாம் அத்தைய கூட்டிட்டு போயி வாங்கிட்டு வாடா."

"ஆம், சேரி மாமா."

“ஏய் ரோசா, மாப்ள கூட போடி வாங்கி தருவாறு.”

“ஆம், சேரிங்க.”

“அவங்க குடும்பத்து ஆளுங்க பாவம்ல?”

“ஆமாடி, எத்தனை நாளா போராடுனாங்க!”

“கடைசில இப்டி ஆச்சு.”

“அந்த கடவுளுக்கு இந்த பச்சை புள்ளைங்கள பாத்துகுடவா இரக்கம் வரல?”

“அதான் பாரேன்கா ?

“இப்ப கண்மணி என்னம்மா கஷ்டப்பட்டு புல்லேங்கலை கரை சேப்பாளோ தெரியல ?

“படிச்சுருக்கால்ல, எதாவது ஒரு வேலைக்கு போயி காப்பாத்துவா.”

“அவ அதெல்லாம் நல்லா பாப்பாடி.”

“கனமணி கொழுந்தனார் எங்க ?

“அவரு வெளிநாட்டுல இருக்காரு.”

“அவரு போயி ரொம்ப வருஷம் ஆகுதே, இன்னுமா வரல ?

“வரணும்னு இருந்தா வரலாம்.”

“வராம என்ன வேல?

“யாரு கண்டா?

“அவன் பொண்டாட்டிய கூட காணாம் ?

“அவ எங்க இங்க இருக்கா ?

“வேற எங்க இருக்கா ?

“அவங்க ஆயி ஊருல.”

“அங்க எப்ப போனா?”

“ஒரு வருஷம் இருக்கும்.”

அங்க எதுக்கு போனா ?

“அவ கதை பெரிய கதை, அத அப்பறம் பேசிக்கலாம்,” “இப்ப வா போலாம், எல்லாரும் போறாங்க.”

“எங்க போறாங்க?”

லண்டனுக்கு ,

“எக்கா,”

பின்ன எங்கடி போவாங்க ? லூசு தனமா கேள்வி கேக்குற ?

“டேய் குமாரு,”

“சொல்லுடா,”

“நம்ம ஆளுங்க எல்லாரும் வந்துட்டாங்கல்ல?”

“இல்ல,”

“ஏன்டா?”

“4 பேரு வந்துக்குட்டு இருக்காங்க.”

“எங்கடா வந்துருக்கானுங்க?”

“4 ரோடு தாண்டிட்டானுங்களாம்.”

"வேகமா வர சொல்லுடா , நேரம் ஆவுது."

""அவ்ளோதாண்டா வந்துருவானுங்க."

“ம்ம்.”

“காத்தாயி என்னடி ஆச்சு நம்ம சாமிக்கு?”

“இப்படி நம்ம எல்லாரையும் விட்டுட்டு போயிட்டானேடி,”

“இந்த கதையை நான் எங்க சொல்ல?”

"என்னருமை ராசா போயிட்டானே."

"கண்மணி இனிமே நீ ஒத்தையா என்னடி பண்ணுவ?"

“பச்சை புல்லேங்க ரெண்டு பாவம்டி,”

“என்னன்னுதான் கரை சேப்பியோ ?”

“ஏன்டா காமராசு, ஸ்ரீவள்ளி எங்கடா?”

அதோ அங்க பாருங்க கண்மணி பக்கத்துல .

எப்படா வந்தாங்க ?

காலையில ,

ரெண்டு பேருமா ?

“ஆமா,”

“அவரு எங்க?”

“மாமனாரு கூட போனாரு.”

“ம்ம்.”

(தற்போது ரேடியோவில் பாடல் ஒலிக்கின்றது)

போனால்

போகட்டும் போடா

இந்த பூமியில் நிலையாய்

வாழ்ந்தவர் யாரடா

போனால்
போகட்டும் போடா
இந்த பூமியில் நிலையாய்
வாழ்ந்தவர் யாரடா
போனால்
போகட்டும் போடா
வந்தது தெரியும்
போவது எங்கே வாசல்
நமக்கே தெரியாது
வந்தவரெல்லாம்
தங்கிவிட்டால் இந்த
மண்ணில் நமக்கே
இடமேது
வாழ்க்கை என்பது
வியாபாரம் வரும் ஜனனம்
என்பது வரவாகும் அதில்
மரணம் என்பது செலவாகும்
போனால்
போகட்டும் போடா
இரவல் தந்தவன்
கேட்கின்றான் அதை இல்லை
என்றால் அவன் விடுவானா
உறவைச் சொல்லி
அழுவதனாலே உயிரை
மீண்டும் தருவானா. (ரேடியோவில் பாடல் ஒலித்தது.)

"கிட்டு எங்கடா?"

"அவன் ஆளுங்கள ஏத்திட்டு வர போனான்."

"அவன் தாண்டா இவனுக்கு உயிர் நண்பன்."

"ஆமாடா."

"அவனுக்கும் இப்போ ஒரு கை ஒடஞ்சமாதிரிதான்."

"ஆமா, என்ன பண்ண? எல்லாம் தலை விதி!"

"சரி, அங்க என்னடா பிரச்னை?"

“எங்க,”

அங்க பார்றா ,

“என்னனு தெரியல, வா, போயி பாப்போம்.”

“ஏங்க என் மாமனுக்கு நான் தான் சீர் செய்யணும்.”

“செய்யி, இப்ப யாரு வேணான்னா ?”

அப்பறோம் அவன் என்ன மயிறு மாறி நான் தான் செய்ய்வேன்கு-றான் .

டேய் , வம்பு கட்டிக்காதீங்கடா .

டேய் திலீபா , தானே பெரியவன் ? அவனே செய்யட்டும்டா விட்றா.

அதெல்லாம் முடியாது , நானும் செய்வேன் .

“சரிடா ரெண்டு பேருமே செய்யிங்கடா.”

“என்ன சூரியா சம்மதமா?”

ம்ம் , ஆனா அவன் சத்தம் போடக்கூடாது .

“அதெல்லாம் அவன் சத்தம் போடமாட்டான்.”

“சரி.”

“ஏம்பா, ஆம்புலன்ஸ் வந்துருச்சாம், எலுமிச்சை பழம் எடுத்துக்-காட்டு முச்சந்திக்கு வர சொன்னாங்க வா போலாம்.”

“ஆம்புலன்ஸ நிறுத்துப்பா, டேய் குமாரு, சிகப்பு பொட்ட எடுத்து அறிஞ்ச எலுமிச்சை பழத்துல தடவி, நாலு திசையிலயும் தூக்கி போட்டு வாடா.”

“ம்ம்.”

“எப்பா அந்த பிரீஸிர் பாக்ஸ் எங்க கொண்டாங்க.”

“நாலு பேரு சேந்து புடிங்க, பாத்து மெல்ல இறக்குங்க.”

“என்ன பெத்த ராசா, எங்கள்லாம் விட்டுட்டு எங்கயா போன?

“அக்கா, அங்க பாரு கண்மணி மயக்கம் போட்டுட்டா.

அக்கா , ஸ்ரீவள்ளியும் மயக்கம் போட்டுட்டா .

“எல்லாரும் வந்துட்டாங்க, கண்மணி நாத்தனார் பெரிய பையன் எங்க காணோம்?

அவனுக்கு உடம்பு சரி இல்லையாம் , காச்சலாம் அதான் வரல .

“அவன் தான் ஆஸ்பத்திரில இருக்கும்போது அலைஞ்சான்ங்கா.”

“கால கொடுமை அவனால தாய் மாமன் சாவுக்குக்கூட வரமுடி-யலை.”

“அவன் தம்பிதான் வந்துருக்கான்.”

“கனமணி மகனும் அங்கதான் இருந்தானாம், அவங்க வரும்போது கூட்டிட்டு வந்தார்களாம்.”

“ம்ம்.”

பாவம் , எல்லாருக்குமிப்போ பண கஷ்டம் .

“இந்த கொரோனா வந்ததுல இருந்து எல்லாருக்கும் சரியா வேல இல்ல.”

“பணம் இருந்துருந்தா இந்த நல்ல ஆம்பளைய காப்பாத்திருக்க-லாம்.”

பணம் இருந்து மட்டும் என்னடி பண்ண முடியும் , இவரு முன்னா-டியே சொல்லிருந்த பாத்துருக்கலாம் .

“இப்போ முத்தி போச்சு என்ன பண்ண முடியும்?”

(ரேடியோவில் ஒப்பாரி பாடல் ஒலிக்கிறது).

நான் பெத்தேன் பிலாப் பழத்தை
இப்ப பிச்சு வைச்சேன் சந்தியிலை ..
பள்ளிக்கூடம் தூரமெண்டு
என்ரை ராசாவை
நான் பக்கத்தே வைச்சிருந்தேன்
தோட்டம் தொலை தூரமெண்டு
என்ரை ராசாவை நான்
தொட்டிலிலை வைச்சிருந்தேன். (ஒப்பாரி பாடல்)

வாசகர்களக்கு இங்கு என்ன நடக்கிறதென்று புரியாமலிருக்கலாம்.

இனிதான் கதை ஆரம்பிக்கப்போகிறது. தொடர்ந்து வாசியுங்கள்.

2

வசந்தம் வந்ததே

செ ன்ற அத்தியாயத்தில் இருந்து நாம் தற்பொழுது எட்டு வருடங்கள் முன்னோக்கி பயணிக்கிறோம்.

அழகிய குன்றின்மேல் முருகன் கோவில் அமைந்திருக்க, நான்கு பக்கமும் கண்ணுக்கு எட்டும் வரையில் விவசாய நிலங்கள் அமைந்திருக்க, ஊரின் முக்கிய பகுதிகளில் நீர்நிலைகள் அமைந்துள்ளன.

கோவில் இல்லாத ஊரில் குடியிருக்க கூடாது என்பார்கள், ஆகயால் அவ்வூரில் கோவிலுக்கு பன்ஜம் இல்லை.

மரியாம்மன் கோவில், சிவன் கோவில், ஐயப்பன் கோவில், விநாயகர் கோவில் மற்றும் பல குல தெய்வ கோவில்களும் உள்ளன.

கண்மணியின் ஊர் கிராமம் என்பதால் புளியந்தோப்புக்கு பஞ்சம் இல்லை.

கண்மணி தற்போது கல்லூரி முதலாம் ஆண்டு ஆங்கில இலக்கியம் படித்துக்கொண்டு இருக்கிறாள்.

கண்மணி தினமும் கல்லூரி முடிந்து திரும்பும்போது சாலையில் இறங்கி புளியந்தோப்பு வழியாக வீட்டிற்கு நடந்து செல்வாள்.

அப்படி ஒருநாள் அவள் சென்றுகொண்டிருக்கும் போது, அவள் தலையின் பின்னால் ஏதோ பட்டது போன்று தோன்றியது. பின்னால் திரும்பி பார்த்தல் கீழே ரோஜா மலர் கிடந்தது. எப்படி ரோஜா இங்கு வந்தது என தெரியாமல் முளைத்துக்கொண்டே சென்றால்.

இரண்டு, மூன்று நாட்கள் தொடர்ந்து இப்படியே நடந்தது.

அடுத்த நாள், சரியாக அதே இடம் வாரும்போது திரும்பி பார்த்தாள். வசமாக சிக்கி கொண்டான் ராஜூ. இத்தனை நாள் ரோஜா பூவை கண்மணி மேல் தூக்கி போட்டது ராஜூ தான்.

கண்மணி முறைத்து கொண்டே சென்றாள்.

இரண்டு நாட்கள் கழித்து அந்த ஊரில் காட்டுக்கோவிலுக்கு பொங்கல் வைக்கும் விழா நடை பெற்றது.

அங்கு கண்மணி தனது தோழிகளுடன் பொங்கல் வைத்து கொண்டிருந்தாள். அங்கு தனது நண்பர்களுடன் வந்த ராஜூ கண்மணியைப்பார்த்தான். கண்மணி பொங்கல் வைக்கும் இடத்திற்கு வந்து சிறிது வெல்லத்தை அந்த பொங்கலில் போட்டு விட்டு ஓடிவிட்டான். கண்மணி முறைத்து பார்த்தாள்.

தை மாதத்தில் முருகனுக்கு விமரிசையாக கொண்டாடப்படும் தை பூசம் வந்தது. ஆண்கள் அலகு குத்தியும், பெண்கள் மற்றும் சிறுவர்கள் பால் குடம் எடுத்தும் வந்தனர். இதை வேடிக்கை பார்த்துக் கொண்டு வந்த கண்மணியும் , ரஜ்ஜூவும் ஒருவருக்கொருவர் மோதி கொண்டனர். பின்னர் இருவரும் ஒருவர் முகத்தை ஒருவர் பார்த்துக்கொண்டு சிரித்தனர்.

அந்த நொடி பொழுதில் இருவருக்கும் காதல் மலர்ந்து விட்டது.

கோவிலில் பொங்கல் வைத்து படைக்கும்போது ஒருவரை ஒருவர் கண்கொட்டாமல் பார்த்துக்கொண்டனர் .

கோவிலில் பூஜை முடிந்து பிரசாதம் வழங்கி கொண்டிருந்தார்கள். அதை தொன்னையில் வாங்கிக்கொண்டு, ராஜூவும் அவனது நண்பர்களும் ஏரி கரை ஓரமாக சென்று கொண்டிருந்தார்கள்.

கண்மணி ராஜூவை தனியாக வருமாறு சைகை செய்தால். ராஜூ அதை கண்டுகொள்ளவில்லை.

ஏனென்றால் நண்பர்களுடன் அவன் பேசிக்கொண்டு செல்லும்போது கண்மணியின் சைகை அவனுக்கு புலப்படவில்லை.

ஒரு வாரம் கழித்து கண்மணி கல்லூரி முடிந்து புளியந்தோப்பு வழியாக வீடு திரும்பி கொண்டிருந்தாள்.

“ கண்மணி அன்போடு காதலன் நான் எழுதும் கடிதமே “ என்ற பாடல் சத்தம் கேட்டது.

கனமணி இது ராஜுவின் வேலை தான் என கண்டு கொண்டால். ஆனால் குரல் மட்டும் வந்தது, ஆளை காணவில்லை.

பின்னர்,

“ பொன்மணி உன் வீட்டில் சௌக்கியமா? நான் இங்கு சௌக்கியமே” என்று குரல் ஒலித்தது.

“யோவ், ராஜு எங்க இருக்க? வெளிய வா.”

“கண்டுகொண்டேன் கண்டுகொண்டேன் “ என பாடிக்கொண்டு ராஜு புளிய மரத்தின் பின்னால் இருந்து வெளியில் வந்தான்.

“என்ன ராஜு கண்ணாமூச்சி ஆட்டம் ஆடுரியா?” என கண்மணி கேட்டாள்.

“ஆமா கண்மணி ஆமா.”

“இனி நீ என் பின்னாடி சுத்தாத ஓடிரு.”

“ஏன் கண்மணி?”

“சொல்ல முடியாது போ.”

“ஏன்?”

காட்டு கோவில்ல பொங்கல் வச்ச அன்னக்கி நான் உன்ன கூப்பிட்டேன் , நீ கண்டுக்காம போயிட்ட !

ஐயோ ! கண்மணி எப்போ ?

“தொண்ணைல பொங்கலை வாங்கிட்டு போனல்ல அப்போ” என கண்மணி நக்கலாக கூறினால.

ஆஹா ! நான் கவனிக்கல என்றான் ராஜு .

நீ எப்ப கவனிச்ச, போ !

சரி , அத விடு கனமணி நான் உனக்காக ஒன்னு வச்சுருக்கேன் . இதைப்பாரு .

“என்னது அது?”

“பெட்டியை தொறந்து பாரு.”

கண்மணிக்கு மிகவும் பிடித்த, அழகான, நேர்த்தியான வளையல் இருந்தது.

ராஜு , இது நெஜமாவே என்ன ? என கண்மணி கேட்டால் .

“இல்ல உன் கூட்டாளி ராதிகாவுக்கு,” என நக்கலாக கூறினான் ராஜு.

“உனக்கு பிடிச்சதை உன்கிட்ட தானே குடுப்பாங்க.” என்றான் ராஜூ.

கண்மணி அந்த வளையலை தனது கன்னத்தில் ஓதிக்கொண்டு, கையில் மாட்டிக்கொண்டால்.

வளையல் உனக்கு புடிச்சுருக்க ? என ராஜூ கேட்டான் .

புடிக்காமலா போட்டுகிட்டேன்? என்றாள் கண்மணி.

பின்னர் இருவரும் குன்றின் மேல் உள்ள முருகன் கோவிலுக்கு சென்றனர்.

அங்கு முருகனை வழிபடும்போது ராஜூ , முருகா எனக்கும் உன்ன மாறி ரெண்டு பொண்டாட்டி வேணும் முருகா ! பாத்து ஏற்பாடு பண்ணு என வேண்டினான் .

கண்மணியோ , “முருகா இவரு என்ன தவிர வேற யாரையாவது பாத்தறுனா, அவரு கண்ணா நோண்டிரு, கைய ஓடச்சுரு, கால முறிச்-சுட” என வேண்டினாள்.

“என்ன காண்மணி இப்படிலாம் வேண்டுற” என ராஜூ கேட்டான்.

“நீ மட்டும் அப்படி வேண்டும்போது, நான் இப்படி வேண்டக்கூ-டாதா? என கண்மணி கேட்டாள்.

"ஓஹோ நீ அப்படி வரியா , என ராஜூ கேட்டான்."

“ஆமா, அப்படித்தான் என்றால் கண்மணி.

"சரி உனக்கு எப்போ பரிச்சை முடியுது ?" என ராஜூ கேட்டான் .

"அடுத்த வாரம் வெள்ளி கிழமை," என்று சொன்னால் கண்மணி .

“பரீட்சை முடிச்சுட்டு என்ன பண்ற?” என்றான் ராஜூ.

“வீட்டுக்கு தான் வரணும”என்றால் கண்மணி.

வீட்டுக்கு வர வேணாம் , நம்ம சினிமாவுக்கு போலாம் என்றான் ராஜூ .

“சரி, அத அப்போ பாத்துக்கலாம”என்றாள் கண்மணி.

வாசகர்களுக்கு கேள்வி எழலாம். கண்மணி கல்லூரிக்கு செல்கிறாள் சரி. ஆனால் ராஜூ என்ன செய்கிறான்? எப்பொழுதும் கண்மணியின் பின்னாடியே சுத்துகிறானே என்று? நியாயமான கேள்விதான். ராஜூ யார் என்பதை வாசகர்களுக்கு சொல்ல கடமைப்பட்டிருக்கிறேன்.

ராஜூவும், கண்மணியும் ஒரே ஊர்தான். பக்கத்து பக்கத்து தெரு தான்.

ராஜு பெரியதாக பட்டப் படிப்பு எல்லாம் படித்தது கிடையாது. பத்தாம் வகுப்பு வரை படித்துள்ளான். சென்ட்ரிங் வேலை செய்கிறான். ராஜு பெரியதாக படிக்கவில்லையே தவிர, மற்றபடி அவன் எந்த விதத்திலும் குறைந்தவன் இல்லை. நல்ல அறிவாளி. முதலாளியின் நம்பிக்கையை பெற்றவன். மேலும் ஓய்வு நாட்களில் எம்பிராய்டரி போடும் வேலையையும் செய்வான். போதுமான வருமானம் கிடைத்து வந்தது.

ராஜுவின் வீட்டில் ராஜு, அப்பா, அம்மா, அக்கா, தம்பி என ஐந்து பேர்.

அக்காவிற்கு திருமணமாகி இரண்டு ஆண் பிள்ளைகள் உள்ளனர்.

தம்பி கல்லூரி முடித்துவிட்டு சென்னையில் உள்ள ஒரு நிறுவனத்தில் வேலை செய்து வருகின்றான்.

அப்பா உடல்நிலை சரியில்லாமல் ஓராண்டு காலமாக படுத்த படுக்கையாக இருந்து வருகிறார்.

அம்மா கூலி வேலைக்கு சென்று அப்பாவை நல்ல முறையில் பார்த்துக் கொள்கிறார்.

தம்பி சென்னையில் உள்ள நிறுவனத்திற்கு வேலைக்கு சென்று விட்டதால் ராஜு, அப்பா, அம்மா என மூன்று பேரும் கிராமத்தில் வசித்து வந்தனர்.

இந்த காலகட்டத்தில்தான் கண்மணிக்கும், ராஜுவுக்கும் இடையில் காதல் எனும் மலர் பூத்தது.

வாசகர்கள் கண்மணியின் வீட்டைப் பற்றியும் கேட்பீர்கள், கவலை வேண்டாம் அதையும் சொல்லி விடுகிறேன்.

முன்னர் கூறியது போலவே ராஜுவும், கண்மணியும் ஒரே ஊர் மற்றும் பக்கத்து பக்கத்து தெரு தான்.

கண்மணியின் வீட்டில் அப்பா, அம்மா, அண்ணன், அக்கா என ஐந்து பேர்.

கண்மணியின் அக்காவிற்கு திருமணம் ஆகி கேரளாவில் குடும்பத்துடன் வசித்து வருகின்றாள். அவளுக்கு இரண்டு ஆண் பிள்ளைகள் உள்ளனர்.

கண்மணியின் அண்ணனும் தமிழ் இலக்கியம் படித்து முடித்துவிட்டு வீட்டில் சிறு வேலைகள் செய்து கொண்டு வெட்டியாக தான் இருக்கின்றான்.

கண்மணியின் அப்பா ஒலி ,ஒளி அமைப்பது. அதாவது மைக் செட்டு, சவுண்ட் சர்வீஸ், விளக்குகள் அமைத்து கொடுக்கும் வேலையை செய்து வருகின்றார்.

கண்மணியின் அம்மா கூலி வேலைக்கு செல்வார். கண்மணியின் பாட்டி, சித்தப்பா, பெரியப்பா என எல்லாரும் ஒரே ஊரில் வசித்தார்கள்.

வாசகர்கள் தற்போது இருவரின் குடும்பத்தைப் பற்றியும் நன்கு அறிந்து கொண்டிருப்பீர்கள். இனி நாம் காதல் கதையை தொடரலாம் அல்லவா?

"கண்மணி பரீட்சையை முடித்து விட்டு திண்டுக்கல் பேருந்து நிலையத்தில் நின்றாள்."

"எதற்காக நிற்கிறாள்?"

ஓஹ் இருவரும் சினிமாவுக்கு போகலாம் என்று பேசி கொண்டார்களே அதற்காக நிர்ப்பலோ ?

ஆம். அப்படியேதான். ராஜு தனது வண்டியில் வந்து கண்மணியை ஏற்றிக்கொண்டு திரையரங்குக்கு சென்றார்கள்.

படத்தை பார்த்து முடித்துவிட்டு பேருந்து நிலையத்தில் வந்து ராஜு, கண்மணியை பேருந்தில் ஏற்றி விட்டு சென்றான்.

கண்மணி பேருந்தில் செல்லும்போது, தான் பார்த்த காதல் திரை படத்தின் காட்சிகளை நினைத்துக்கொண்டே சென்றாள்.

அப்போது ராஜு அன்று புளியந்தோப்பில் பாடிய பாடல் நினைவுக்கு வந்தது.

" கண்மணி அன்போடு காதலன் நான் எழுதும் கடிதமே"

" பொன்மணி உன் வீட்டில் சௌக்கியமா? நான் இங்கு சௌக்கியமே"

" உன்னை பற்றி நினைக்கியில் கவிதை கொட்டுது"

" அதை எழுத நினைக்கியில் வார்த்தை முட்டுது"

கதை தொடரும் . தொடர்ந்து வாசியுங்கள் .

3

சுந்தர காண்டம்

நாம் கடந்த அத்தியாயத்தில் கண்மணி பேருந்தில் வீட்டுக்கு சென்று கொண்டிருப்பதை பார்த்தோம்.

இப்போது விட்ட இடத்தில் இருந்து தொடரும் நேரம் வந்துவிட்டது.

கண்மணி வீட்டிற்கு சென்றவுடன் ராஜு வாங்கி கொண்டு வந்து கொடுத்த வளையலை தனது பையில் வைத்து விட்டு, தனது அன்றாட வேலைகளை செய்து கொண்டிருந்தாள்.

கண்மணியும், ராஜுவும் சரியாக பத்து நாட்கள் கழித்து மீண்டும் சந்தித்துக் கொண்டார்கள்.

“நாம் ஏன் திருமணம் செய்து கொள்ள கூடாது?” என கண்மணி கேட்டாள்.

“கண்டிப்பா பண்ணிக்கலாம் கண்மணி” என ராஜு கூறினான்.

“எங்க அப்பா இப்போ ரொம்ப உடம்பு சரியில்லாம இருக்காரு. சில நாள் போகட்டும் அப்புறம் கல்யாணம் பண்ணிக்கலாம்” என்றான் ராஜு.

பின்னர் சில நிமிடம் பேசிக்கொண்டு இருந்து விட்டு வீட்டிற்கு திரும்பினர்.

அடுத்த 15 நாட்களில் ராஜுவின் தந்தை காலமானார்.

ராஜுவின் தம்பி சென்னையில் இருந்து கிளம்பி வந்து கொண்டிருக்கிறான். ராஜுவின் அக்காவும், பிள்ளைகளும் ,கணவரும் மற்ற உறவினர்களும் வந்து விட்டனர்.

அடுத்த நாள் காலையில் ராஜன் தம்பி சென்னையிலிருந்து வந்து-விட்டான். இறுதிச்சடங்கு காண வேலைகள் நடந்துகொண்டிருந்தன.

ராஜுவின் தம்பி தான் தகப்பனாருக்கு கொல்லி வைக்க வேண்டும் என்பதால் அவனை அதற்காக ஆயத்தம் செய்து கொண்டிருந்தார்கள்.

கண்மணியும் அதே ஊர் தான் என்பதால் அவரது பெற்றோருடன் வந்து விட்டு சென்றாள். கண்ணில் ஜாடை செய்தாள் ராஜு அதை கண்டு கொண்டான். அந்த பார்வையானது கவலைப்படாதே ராஜு அனைத்தையும் பார்த்துக் கொள்ளலாம் என்று சொல்வது போல் இருந்-தது.

சுடுகாட்டிற்கு சென்று ஈமச் சடங்குகளை முடித்து விட்டு வீடு திரும்பினர்.

சரியாக ஒரு வாரம் கழித்து காரியம் முடித்துவிட்டு அனைத்து உறவினர்களும் ஊர் திரும்பினர்.

அப்போது யாரோ ஒருவர் “சரி கெட்டது நடந்த வீட்டில் அடுத்தது ஒரு நல்லது நடக்கும் அதுக்கு ஏற்பாடு பண்ணுங்க” என யார் காதிலும் படாதவாறு சொல்லிவிட்டு சென்றார்.

ராஜுவின் காதில் அது நன்றாக விழுந்துவிட்டது.

“ சரி அடுத்தது நானும் கல்யாணம் பண்ணிக்க வேண்டியதுதான” என மனதில் எண்ணிக்கொண்டான்.

இந்த சம்பவங்கள் எல்லாம் முடிந்து இரண்டு வாரங்கள் கழித்து ராஜு மற்றும் கண்மணியும் மீண்டும் சந்தித்துக் கொண்டனர்.

“கண்மணி நம்ம கல்யாணம் பண்ணிக்கலாமா?” என ராஜு கேட்-டான்.

“ சரி பண்ணிக்கலாம் என்றாள”" கண்மணி.

வீட்டில் சொன்னால் திருமணம் செய்து கொடுக்க மாட்டார்-கள்.ஆனால் ஓடிப்போய் கல்யாணம் செய்யலாம் என்று திட்டம் போட்-டனர்.

“சரி கண்மணி இன்றிலிருந்து சரியாக பதினைந்து நாள் கழித்து கல்-யாணம் பண்ணிக்கலாம்” என ராஜு கூறினான்.

கண்மணியும் சரி என்று சொல்லி விட்டு போய் விட்டாள்.

பதினைந்தாவது நாளும் வந்தது. அதற்கு முந்தைய நாள் இரவு என்ன எங்கு? எப்ப ? எப்படி? கல்யாணம் என திட்டமிட ஆரம்பித்தான்

ராஜு.

மதுரை மீனாட்சி அம்மன் கோவிலில் திருமணம் முடித்துவிட்டு அவனியாபுரத்தில் உள்ள உறவினர் வீட்டில் தங்கி கொள்ளலாம் என திட்டமிட்டான் ராஜு.

பதினைந்தாவது நாள் காலையில் கண்மணி வழக்கம்போல் கல்லூ-ரிக்கு செல்வது போல் கிளம்பி கல்லூரி பேருந்தில் ஏறிச் சென்று திண்-டுக்கல் பேருந்து நிலையத்தில் இறங்கிக் கொண்டாள்.

பின் அங்கு ராஜீ மற்றும் அவனது நண்பன் கிட்டுவும் காரில் வந்-தனர். கண்மணியை காரில் ஏற்றிக்கொண்டு மதுரை மீனாட்சி அம்மன் கோவிலை நோக்கி புறப்பட்டனர்.

காரில் செல்லும் வழியில் ராஜூ தனது அக்கா வீட்டிற்கு செல்-போனில் தொடர்பு கொண்டு விஷயத்தை தெரிவித்தான். அவர்களும் உடனே கிளம்பி மதுரை மீனாட்சி அம்மன் கோவிலுக்கு புறப்பட ஆயத்-தமானார்கள்.

இடையில் ஓரிடத்தில் நிறுத்தி மாலை மற்றும் பூச்செண்டுகள் வாங்-கிக் கொண்டனர். பின்னர் ஒரு ஜவுளிக்கடையில் நிறுத்தி மணமகனுக்கு தேவையான பட்டு வேஷ்டி மற்றும் பட்டு சட்டை பட்டு துண்டு மேலும் புதிய ஆடைகளையும் வாங்கினார்கள். அங்கேயே கண் மணிக்கும் பட்டு சேலை மற்றும் அவளுக்குத் தேவையான போதுமான அளவிலான ஆடைகளை வாங்கிக் கொண்டார்கள்.

மண மக்கள் கோவிலுக்கு வருவதற்கு முன்பே உறவினர்கள் சிலர் வந்து விட்டனர். அவர்கள் கல்யாணத்திற்கு தேவையான ஏற்பாடுகளை செய்து கொண்டிருந்தார்கள்.

கோவிலில் திருமணம் செய்வதற்கு முன் பதிவு செய்து,ஐயர் தயார் செய்து, அக்னி குண்டம் தயார் செய்து வைத்திருந்தார்கள்.

சிறிது நேரம் கழித்து ராஜு மற்றும் கண்மணி மற்றும் இரவில் நண்-பனும் காரில் வந்து மீனாட்சி அம்மன் கோவில் வாசலில் இறங்கினர்.

“ வாங்க வாங்க புது மாப்பிள்ளை அப்புறம் பொண்ணு” என உறவி-னர்களில் ஒருவர் அழைத்தார். இதைக்கேட்ட ராஜ் மற்றும் கண்மணி இருவரும் சேர்ந்து வெட்கப்பட்டனர்.

பின்னர் ராஜுவை ஆண்களும், கண்மணியை பெண்களும் உடை அலங்காரம் செய்வதற்காக தனி அறைக்குள் அழைத்துச் சென்றார்கள்.

சிறிய இடைவெளிக்குப் பின் இருவரும் மணக்கோலத்தில் வந்து மணவறையில் உட்கார்ந்தார்கள்.

ஐயர் மந்திரம் சொல்லி, அக்னியில் சாட்சியாக ,அம்மி மிதித்து, அருந்ததி பார்த்து, மெட்டி அணிந்து, பொட்டுவைத்து ,கெட்டி மேளம் கெட்டி மேளம் என்று அவர் சொல்லி மாங்கல்யம் தந்துனானேன மமஜீவன ஹேதுனா என்று சொல்ல ஒரு கணம் கண்ணை மூடித் திறந்து அவர் கொடுத்ததை வாங்கி கண்மணியின் கழுத்தில் கட்டினான். ஆனந்தக் கண்ணீர் வடித்தாள் கண்மணி.

ராஜீ ஒரு முடிச்சு போட்டவுடன் மீதமுள்ள இரு முடிச்சையும் சுற்றி இருந்த பெண்கள் போட்டு விட்டனர்.

பின்னர் மணமக்கள் கைகளைக் கோர்த்து அக்னி குண்டத்தை மூன்று சுற்று சுற்றி வந்தனர். பின்னர் உறவினர்களுடன் அர்ச்சனை தட்டுடன் சென்று மீனாட்சி அம்பாளை தரிசனம் செய்ய கிளம்பினர் . அம்பாளை தரிசனம் செய்துவிட்டு கோவில் சிறிது நேரம் அமர்ந்து விட்டு பின்னர் கோவிலுக்கு வெளியே வந்தனர்.

காலையிலிருந்து யாரும் சாப்பிடாமல் இருப்பதால் நேராக ஒரு உணவகத்திற்கு சென்று அவர்கள் அனைவரும் சாப்பிடுவதற்காக மேசையில் உட்கார்ந்தார்கள். அனைவரும் அவரவர்களுக்கு விருப்ப-மான உணவுகளை கேட்டு சாப்பிட ஆரம்பித்தார்கள்.

உறவினர்களில் ஒருவர் “ராஜு நீ கண்மணிக்கு சாப்பாடு ஊட்டு. கண்மணி நீ ராஜுவுக்கு ஊட்டு” என சொன்னார்கள்.

என்னதான் இருவரும் காதலர்கள் என்றாலும், சுற்றி இத்தனை பேர் இருக்கும்போது வெட்கம் வருவது இயல்பே அல்லவா? இருவரும் சிறிய நாணத்துடன் உணவு பரிமாறிக் கொண்டனர்.

அப்போது ராஜுவின் நண்பன் கிட்டு,

“கண்மணி அன்போடு காதலன் நான் எழுதும் கடிதமே” என பாடல் பாடினான். கண்மணி புன்னகைத்தாள்.

பின்னர் அனைவரும் உணவருந்தி விட்டு அங்கிருந்து புறப்பட ஆயத்தமானார்கள்.

உறவினர்களில் ஒருவர் இருங்க, இருங்க, இருங்க,நீங்கபாட்டுக்கு அதுக்குள்ள கிளம்பிட்டீங்க. கடைசியா பெண்ணுக்கும், மாப்பிள்ளைக்-கும் இனிப்பு பாயசம் கொடுக்கிறது இல்லையா ?ஏப்பா சர்வர் நீ போய்

ஒரு பால் பாயாசம் கொண்டு வாப்பா.

பின்னர் பால் பாயாசம் வந்தது.அதை பெண்ணுக்கும், மாப்பிள்ளைக்கும் ஆளுக்கு ஒரு கரண்டி பாயாசம் ஊட்டி விட்டார்கள். பின்னர் அங்கிருந்து அவனியாபுரம் நோக்கி புறப்பட்டு சென்றனர்.

அவனியாபுரத்தில் உள்ள உறவினர் வீட்டின் வாசலில் சென்று காரை நிறுத்திவிட்டு அனைவரும் இறங்கினர்.

பொண்ணு மற்றும் மாப்பிள்ளையை வெளியில் நிற்க சொல்லி விட்டு உறவினர்கள் ஒரு பெண் வீட்டிற்கு சென்று ஆரத்தி கலக்கி எடுத்து வந்தார்.

பின்னர் பொண்ணு மாப்பிள்ளையுடன் இன்னும் ஒருவரை நிற்குமாறு கூறினார். ஆரத்தியை சுற்றும் பொழுது நல்லகண்ணு, நொள்ள கண்ணு, நாய் கண்ணு, நரிக் கண்ணு எல்லா கண்ணும் பட்டு போக என கூறினார் .பின்னர் ஆரத்தி சுற்றி முடித்தவுடன் அதை எடுத்துக்கொண்டு போய் முச்சந்தியில் கொட்டிவிட்டு வந்தார்.

பொண்ணு மற்றும் மாப்பிள்ளை வீட்டினுள் சென்றவுடன் கிழக்கு திசையை நோக்கி உட்கார சொல்லிவிட்டு, பின்னர் எழுந்தவுடன் கண்மணியின் கையில் தீப்பெட்டியை கொடுத்து குத்துவிளக்கு ஏற்றச் சொன்னார்கள். கண்மணியும் குத்துவிளக்கு ஏற்றினாள்.

பின்னர் இருவரின் கழுத்திலுள்ள மாலையையும் கழட்டி ஒரு ஆணியில் மாட்டி தொங்க விட்டனர். பின் அவர்களின் மணக்கோல உடைகளை கலைத்து விட்டு வேறு புதிய ஆடைகளை அணிந்து கொண்டனர்.

பின் ராஜுவின் அக்கா குடும்பத்தினர் ராஜு மற்றும் கண்மணி இடம் தாங்கள் வாங்கி வந்த புதிய ஆடைகள் மற்றும் சிறிய பணம் கொடுத்தனர். பின்னர் சரி நாங்கள் ஊருக்கு கிளம்பினோம் அங்க என்ன நடக்குது தெரியல? என சொல்லிவிட்டு அவர்கள் தங்கள் ஊரை நோக்கி கிளம்பினார்கள்.

பின்னர் அவனியாபுரத்தில் உள்ள உறவினரின் அக்கம்பக்கத்து வீட்டார்கள் வந்து புதிய தம்பதிகளை பார்த்தார்கள் தங்களது வாழ்த்துக்களை தெரிவித்து ,சிலர் கண்ணனிடம் புதுப்பெண் எவ்வாறு நடந்துகொள்ள வேண்டும் என அறிவுரை கூறினார்கள்.

அப்படியே இப்பொழுது ஓடியது. அந்திப்பொழுது ஆனது. வீட்டின் மொட்டை மாடிக்கு சென்று காற்று வாங்கலாம் என புதிய தம்பதிகள்

சென்றனர் .அங்கு வானில் சூரியனின் கதிர்கள் வின்னை அலாவி கொண்டிருந்தன. அதைக் கண்ட கண்மணி கண்ணில் கண்ணீர் கொண்டாள்.

என்ன கண்மணி என ராஜீ கேட்டபோது, எனக்கு வாழ்நாள் முழுக்க ஒரு துணை கிடைத்து விட்டான். எனது ராஜ்யத்தின் மகாராஜா நீதான் என கண்மணி ராஜுவிடம் கூறினாள்.

ஐந்து நிமிடம் இருவரும் அணைத்துக்கொண்டு ஒருவருக்கு ஒருவர் காதலை பரிமாறிக் கொண்டிருந்தனர். அதைக் காணும் பொழுது சூரியகாந்தி மலர் எவ்வாறு தனது காதலை காலையில் கிழக்கிலும், மதிய வேளையில் உச்சியிலும், மாலையில் மேற்கு நோக்கியும் சூரியனுக்கு வெளிப்படுத்தும் அவ்வாறு இருந்தது. இருவரும் உச்சி முகர்ந்து கொண்டனர். இதெல்லாம் நடந்து கொண்டிருக்கும்போது தொடுவானில் நிலா தெரிய ஆரம்பித்துவிட்டது. அவர்கள் இருவரும் தங்கள் காதலில் நேரம் போனதே மறந்துவிட்டனர். பின்னர் வீட்டின் கீழ்ப்பகுதியிலிருந்து ராஜு, கண்மணி என குரல் வந்தது .அப்போதுதான் அவர்களுக்கு நினைவு திரும்பியது. அக்கா இதோ வர்றேன் என ராஜு குரல் கொடுத்தான்.

பின்னர் இருவரும் மொட்டை மாடியில் இருந்து கீழே இறங்கி வந்தனர். என்ன மாமா நேரம் போனதே தெரியல போலயே? என்றான் கவின். டேய் ரொம்ப ஓட்டாதடா என்றான் ராஜு. பின்னர் அவனின் அப்பா கடைக்கு சென்று பழங்கள் மற்றும் தின்பண்டங்கள் வாங்கி வந்தார் அதனை அனைவரும் உண்டனர்.

பின் இரவு ஒன்பது மணி ஆனது. கவிஞனின் அம்மா அனைவரையும் சாப்பிட அழைத்தார் .எல்லோரும் கைகளை கழுவிவிட்டு வீட்டினுள் சென்று சாப்பிட அமர்ந்தார்கள். ஆனால் கண்மணி உட்காரவில்லை.

“ஏன் கண்மணி நிக்கிற ?உட்காரு சாப்பிட்டு” என்கிறார் கவினின் தாயார்.

“இல்லம்மா நானும் உங்க கூட சாப்பாடு பரிமாறுறேன்னு அப்புறமா சாப்பிடுகிறேன”" என்றால் கண்மணி.

அதெல்லாம் கிடையாது நீ நாளைக்கு பரிமாறிக்கலாம், இன்னைக்குதான் உனக்கு கல்யாணம் ஆகி இருக்கு அதனால நீ உட்கார்ந்து சாப்பிடு, என்றார் கவின் அம்மா. கண்மணியும் அவர்களோடு உட்-

கார்ந்து சாப்பிட்டால். அனைவரும் இரவு உணவை முடித்து விட்டனர்.

பின்னர் அனைவரும் சிறிது நேரம் பேசிவிட்டு தூங்குவதற்காக சென்றனர். ராஜுவுக்கும் ,கண்மணி இன்று முழுவதும் நடந்த நிகழ்ச்சி-கலால் ரொம்ப களைப்புடன் உறங்கி விட்டனர்.

திடீரென வீட்டின் வாசலில் சேவல் கூவியது. இரவானது மிகவும் அமைதியானதால் ஏதோ மழை சாரல் விழும் சத்தம் போல் கேட்டது .அது கூடவே சரக் சரக் என சத்தம் கேட்டது. சத்தம் கேட்டு மெதுவாக வெளியில் வந்து பார்த்தால் கண்மணி. அன்றைய பொழுது நன்றாக விடிந்திருந்தது.

4

ஓடுகாலி

திருமணமாகி முதல் நாள் கண்மணிக்கு எப்படி கழிந்தது என பார்த்-தோம். ஒரு பக்க கதையை மட்டுமே பார்த்தால் எப்படி? இந்த உலகத்-தில் நடக்கக் கூடிய எல்லா கதைகளுக்கும் இரண்டு பக்கங்கள் உள்-ளது அல்லவா? இதுவரை ஒரு பக்க கதையை நாம் பார்த்துவிட்டோம். அப்போ மறுபக்கத்தையும் பார்த்தாக வேண்டும் அல்லவா? வாருங்கள் மறுபக்கத்தின் கதையை பார்ப்போம்.

கண்மணி காலையில் கல்லூரிக்கு செல்வதாக கிளம்பி சென்று திரு-மணம் செய்து கொண்டால். இது நமக்கு மட்டுமே தெரியும். கண்மணி-யின் பெற்றோருக்கு இது தெரியாதல்லவா ?கண்மணி எப்போதும் மாலை ஐந்து மணிக்கு வீட்டுக்கு வந்துவிடுவாள். இதுதான் வழக்கம். என்ன இன்னும் கண்மணி வரல? என யோசித்தாள். சரி பஸ் வர லேட்டாகும் என எண்ணிக் கொண்டாள்.

பின் சிறிது நேரம் கழித்து கண்மணியின் தந்தையும் வீட்டிற்கு வந்-தார்.

" எங்க இன்னும் கண்மணி வரலையா?" என கேட்டார். "இல்ல" என்றாள் கண்மணியின் தாயார்.

இன்னும் என்ன பண்ணுறா? எப்பவும் ஐந்து மணிக்கே வந்து விடு-வாளே! என யோசித்தார் கண்மணியின் தகப்பனார்.

பக்கத்து வீட்டில் கண்மணி வீட்டிற்கு வந்தால் என விசாரித்து பார்த்தார்கள்.

கண்மணியின் அப்பாவும் காவியா வீட்டிற்கு சென்று பார்த்தார். காவியா அப்போது வீட்டிலுள்ள பாத்திரங்களை விளக்கி கொண்டு இருந்தாள்.

காவியா, காவியா என கூப்பிட்டார் கண்மணியின் தந்தையார் . காவியா வெளியே வந்து பார்த்தாள்.

" சொல்லுங்க மாமா!" என்றாள் காவியா.

"கண்மணியே பார்த்தியாம" என்று கேட்டார்.

"இல்லை மாமா நான் கண்மணியே இன்று பார்க்கவில்ல" என்றாள் காவியா.

"இன்னைக்கு காலேஜிக்கு கூட வந்தாளா?" என்று கேட்டார் கண்-மணியின் தந்தை.

"இல்லை மாமா இன்னைக்கு கண்மணி காலேஜூக்கு வரலை" என்று கூறினாள் காவியா.

"வேற எங்கேயாவது கண்மணியை பார்த்தியாம்மா?" என்று கேட்-டார் கண்மணியின் தந்தையார்.

"இல்ல மாமா நான் வேற எங்கேயும் கண்மணியே பார்க்கல" என்று கூறினால் காவியா.

வேற எங்கே போய் இருப்பாள்? என்ற யோசனையுடன் கண்மணி-யின் தகப்பனார் வீடு திரும்பினார். பின்னர் தனது மகனுக்கு போனை போட்டு வீட்டிற்கு வரச்சொன்னார். அவனும் சற்று நேரத்தில் வீட்டிற்கு வந்தான்.

ஏன் அப்பா என்ன ஆச்சு? என கேட்டான்.

கண்மணி இன்னும் வீட்டுக்கு வரல டா! என்றார் கண்மணியின் தாயார்.

அவனும் சற்று யோசனையில் ஆழ்ந்தான். பின்னர் வண்டியை எடுத்துக்கொண்டு எங்கேயோ சென்று விட்டு மறுபடியும் வீட்டிற்கு வந்-தான்.

எங்கடா போன? என் தாயார் கேட்டார்.

கருப்பன் சொன்னது சரியா போச்சு என்றான் அவன்.

என்னடா சரியா போச்சு. என்னடா உளறுகிறாய் என்றார் அவனின் தந்தை.

“நான் ஒன்னும் உலரல, கண்மணி தான் என்ன உலர வைத்து விட்டாள்” என்று அவன் கூறினான்.

“டேய் தெளிவா சொல்லுட”என்றார் அவனது தந்தை.

போன வாரம் நம்ம கருப்பன் திண்டுக்கல் போய் இருந்தானாம். அப்போ பஸ் ஸ்டாண்டுல கண்மணியும் , அந்தப் பைய ராஜீவும் நின்று பேசிக்கொண்டு இருந்தார்களாம். அவன் அன்னைக்கே சொன்னான். சரி தெரிஞ்சவன் நாளை ஏதோ பேசி இருக்கும் என கண்டுக்காம நான் விட்டுட்டேன். என்றான் கண்மணியின் அண்ணன்.

“இப்ப அந்த ராஜு பையன் வீட்டுக்கு தான் போயி பாத்துட்டு வர்றேன். அவன் வீட்டில் யாரையும் காணோம். வீடு எல்லாம் பூட்டு போட்டு இருக்கு. அவன் அம்மா இங்க தான் இருக்கிது, மதியானம் பார்த்தேன”" என்றான் அவன்.

இதைக் கேட்ட கண்மணிகள் தாயார் அழத்தொடங்கினாள்.

“ஓஹோ! அப்படியா விஷயம். அவளுக்கு கல்யாணம் பண்ற அளவுக்கு தைரியம் வந்துருச்சா?” என தந்தை கேட்டார்.

வாங்க போய் அவன் வீட்டுல சண்டை போடலாம் என்றான் அவன்.

“இல்லடா இப்ப வேணாம். முதல்ல அவங்க எங்க இருக்காங்கன்னு தெரிஞ்சுகிட்டு போவோம் என்றார்,” அவனது அப்பா.

அன்றைய இரவுப் பொழுதை கடப்பது அவர்களுக்கு மிகவும் வேதனையாக இருந்தது.

தான் வளர்த்த செல்ல மகள் இப்படி செய்து விட்டாளே! என எண்ணி கண்மணி தகப்பனார் இரவு முழுவதும் சரியாக உறங்க வில்லை.

மறுநாள் காலை விடிந்தது. கண்மணி அண்ணன் எழுந்தவுடன் ராஜு வீட்டிற்கு சென்று நோட்டமிட்டு வந்தான். அங்கே ராஜுவை காண-வில்லை, திரும்ப தனது வீட்டிற்கு வந்து விட்டான்.

சரி அவங்க இப்ப எங்க இருப்பாங்க? எங்க போயி தேடலாம்? என யோசித்தார்கள். கண்டிப்பாக ராஜுவின் அக்கா வீட்டில் இருக்க மாட்-டார்கள், என்பது நிச்சயம். சரி, இருந்தாலும் அங்கு போய் ஒரு பார்வை பார்த்து விடலாம் என எண்ணி கிளம்பினார்கள். நேரடியாக ராஜுவின் அக்கா வீட்டில் சென்று விசாரிக்காமல், அக்கம்பக்கத்தில் அவர்களுக்கு

தெரிந்த ஒரு உறவினருடன் வந்து விசாரித்தார்கள். அவர்கள் அங்கு இல்லை என்பது தெரியவந்தது. சரி என்று இருந்தாலும் அவங்க நம்ம ஊருக்கு வந்துதானே ஆகணும், என முடிவு செய்து தங்கள் ஊருக்கு திரும்பி விட்டார்கள்.

அவர்கள் தங்களது ஊருக்கு வந்தவுடன் நேராக ராஜுவின் வீட்டிற்கு சென்றார்கள் அங்கு ராஜுவின் அம்மா மட்டும் தனியாக இருந்தார்.

“யாரு புள்ளய வளக்குகிறது? யாரு கல்யாணம் பண்ணிக்கிட்டு போறது? பெத்தவங்களுக்கு பிள்ளையை கட்டி வைக்க தெரியாதா? உன் மகனுக்கு ஊரில் வேற பொண்ணு கிடைக்கலயா? என் மகதான் கிடைச்சாலா? இவரு பெரிய ஆணழகன்! இவரு அழகுல மயங்கி என் மகள் அவளை கட்டிக்கிட்டா,” என தங்களது கோபத்தை வார்த்தைகளில் கொட்டித் தீர்த்தார்கள்.

கண்மணியின் வீட்டாருக்கு ஒவ்வொரு நாளும் நரகமாக சென்றது. கண்மணி ஓடி போன செய்தி அறிந்து அவரது உறவினர்கள் ஒவ்வொருவராக அவர்கள் வீட்டிற்கு வந்து விசாரித்து சென்றார்கள். அதிலும் சிலர் வெந்த புண்ணில் வேலைப் பாய்ச்சுவது போல் பேசினார்கள். சிலர் என்ன ஊர்ல நடக்காததா நடக்குது? விடுங்க எல்லாம் கொஞ்ச நாள் போனால் சரியாகி விடும் என்றனர். சரி என மனதை தேற்றிக்கொண்டு அப்படியே ஒவ்வொரு நாளும் ஓடிக் கொண்டிருந்தது.

சரி நாம் எவ்வளவு நேரம் கண்மணியை மறந்துவிட்டோம் அல்லவா? இப்போது கண்மணி என்ன செய்து கொண்டிருக்கிறாள் என பார்ப்போம். கடைசியாக நாம் கண்மணியை எங்கே விட்டோம்? திருமணமாகி அடுத்த நாள் காலையில் எழுந்து வாசலில் நின்றால் அல்லவா! இனி தொடர்ந்து கதையை பார்ப்போம்.

அன்றைய பொழுது மிகவும் அழகாக விடிந்திருந்தது. சூரியனின் அழகான செங்கதிர்கள் தென்னை மரத்தின் கீற்று போல அழகாக கண்மணி முகத்தில் விழுந்தன. அப்போது கண்மணி ஒரு மானுட வடிவம் கொண்ட ரம்பை போன்று தோன்றினாள். குளித்து முடித்து விட்டு வாசலில் வந்து தலை முடியினை கோதி காய வைத்துக் கொண்டிருந்தாள். பின் தலைமுடிக்கு சாம்பிராணி புகை போட்டாள். அவளை சூழ்ந்து கொண்டிருக்கும் போது பார்க்கையில் தெய்வ முகம் கொண்ட-

வளாய் தோற்றமளித்தாள்.

சிறிது நேரம் கழித்து அனைவரும் காலை உணவை அறிந்து விட்டு அவனியாபுரத்தில் உள்ள முருகன் கோவிலுக்கு சென்றனர். அங்கு அழகாக முருகன் கருவறையில் ராஜ வேடத்தில் தோற்றமளித்தார். அவரின் அருகில் இரு மனைவிகளான வள்ளியும், தெய்வானையும் கண்ணை மயக்கும் வண்ணம் தெய்வ ஸ்வரூபத்துடன் தோற்றமளித்தார்கள். கோவில் குருக்கள் முருகனுக்கு தீபாராதனை காட்டினார். பின்னர் வெளியில் வந்து அனைவருக்கும் திருநீறு கொடுத்தார். அனைவரும் முருகனை மனமுருக வேண்டிக் கொண்டார்கள். திருநீரை வாங்கி தங்கள் நெற்றியில் பூசிக் கொண்டார்கள். பின்னர் கோவில் பிரகாரத்தை சுற்றி வந்து ஓரிடத்தில் அனைவரும் அமர்ந்து கொண்டார்கள்.

அப்போது அந்தக் கோவிலுக்கு வந்திருந்த ஒரு பாட்டி இவர்களை பார்த்தார். குறிப்பாக கண்மணியை பார்த்தால். கண்மணியின் அருகில் வந்து “புதுசா கல்யாணம் ஆயிருக்கா? அம்ம” என அந்தப் பாட்டி கேட்டாள். “ஆமா பாட்டி” என்று கூறினாள் கண்மணி.

“புதுசா கல்யாணம் ஆன பொண்ணு நெற்றி நிறைய சிகப்பு பொட்டு வைக்கணும்” என்று சொன்னார். பின் தனது தாம்பூலத் தட்டில் இருந்த சிகப்பு பொட்டு எடுத்து கண்மணியின் நெற்றியில் வைத்து விட்டார் அந்த பாட்டி.

இதைக் கண்ட ராஜுவும், கண்மணியும் அந்தப் பாட்டியின் காலில் விழுந்து ஆசீர்வாதம் வாங்கிக் கொண்டார்கள்.

“ நூறு வருஷம் இன்று போல் என்றும் நீங்கள் நீடூழி வாழ வேண்டும்” என்று அந்த பாட்டி வாழ்த்தினார்.

அந்த தெய்வமே தங்களை நேரில் வந்து வாழ்த்திய தாக ராஜு மற்றும் கண்மணியும் எண்ணிக் கொண்டார்கள்.

பின்னர் அவர்கள் கோவிலில் இருந்து வீட்டிற்கு திரும்புகையில் வழியில் ரோட்டில் தள்ளுவண்டியில் முலாம்பழம் விற்றுக் கொண்டிருந்தார்கள். கவின் அதை பார்த்தவுடன் “எனக்கு வேண்டும்” என்று கேட்டான். “அடி விழும” என்று கூறினார” அவனின் அம்மா கமலா.

பின்னர் அவனின் அப்பா முலாம்பழம் வாங்கி வந்தார்.

“டேய் நம்ப பழத்தை வாங்கிட்டு போய் வீட்டில் ஜுஸ் போட்டு குடிக்கலாம்” என்று கூறினார் அவர். அதேபோல் வீட்டிற்கு சென்றவு-

டன் அந்த முலாம் பழத்தை மிக்ஸியில் அரைத்து சூடான பாலுடன் கலந்து ஜூஸ் போட்டு கொடுத்தார்கள். கவின் அந்த ஜூசை மூச்சு விடாமல் குடித்தான்.

“ டேய் மெதுவா குடிடா தொண்டையில் அடைத்துக் போகுத” என்று கூறினாள் கண்மணி.

“ அதெல்லாம் ஒன்னும் நடக்காது போக்கா!” என்றான் கவின்.

மேற்கண்ட சம்பவங்கள் எல்லாம் நடந்து கொண்டிருக்கும்போது, அந்திவானம் தெரிய சூரிய பகவான் மறையத் தொடங்கி விட்டான். கொக்குகள் வடக்கு நோக்கி கூட்டம் கூட்டமாக பறக்க ஆரம்பித்து விட்டன. பறவைகள் தங்களது கூட்டிலிருந்து கொண்டு ஊர் மக்களுக்கு இருட்டும் நேரம் வந்துவிட்டது என சொல்வதற்காக கூவிக் கொண்டு இருந்தன.

அந்த நேரத்தில் கண்மணிக்கு தொலைபேசியில் யாரோ ஒருவர் தொடர்பு கொண்டிருந்தார்கள் . அது வேறு யாருமில்லை நாம் முன்னரே அறிந்த காவியாதான்.

ஓய்! கண்மணி உங்க அப்பா எங்க வீட்டுக்கு வந்து உன்ன பத்தி விசாரித்தார் என்றாள் காவியா.

நீ என்னடி சொன்ன? என்று கேட்டாள் கண்மணி .

நான் உன்ன பாக்கவே இல்லன்னு சொல்லி சமாளித்தேன் என்றால் காவியா.

கண்மணி உன்ன காலேஜில் காணாண்ணு வந்து கேட்டாங்க நீ உடனே காலேஜுக்கு வர வழியை பாரு இல்லன்னா உன்ன பெயில் பண்ணிவிடுவாங்க என்று கூறினால் காவியா.

சரி காவியா நான் காலேஜ் வறேன். நீ எதுவும் தெரிஞ்ச மாதிரி காட்டிக்காத என்றாள் கண்மணி.

கண்மணிக்கு இதைக்கேட்டவுடன் ஏதோ நினைவு வந்தவள் போல் வானத்தைப் பார்த்தபடி நின்று கொண்டிருந்தாள்.

கண்மணிக்கு தனது வீட்டு ஞாபகம் இல்லாமல் இல்லை. தான் வீட்டை விட்டு வெளியில் வந்ததிலிருந்து ஒவ்வொரு கணமும் நினைத்துக் கொண்டுதான் இருந்தாள். நாம் பற்றி என்ன நினைப்பார்களோ? என்ன செய்ய காத்திருக்கிறார்களோ? என உள்ளுக்குள் பயந்து கொண்டு தான் இருந்தாள். ஆனால் அதை வெளியில் காட்டிக் கொள்-

ளவில்லை.

பின்னர் அனைவரும் இரவு உணவுக்காக அமர்ந்தபோது கண்மணி காவியா தொடர்பு கொண்டதை பற்றி கூறினாள்.

சரிம்மா நீங்க நாளைக்கு ஊருக்கு கிளம்புங்கள் படிப்பு வீணாக கூடாது என்றார் கவின் தந்தை.

கண்மணி எப்படி ஊருக்கு செல்வது என்று பயந்து கொண்டிருந்-தாள்.

கண்மணி பயப்படாதம்மா நானும் சூர்யாவின் அம்மாவும் வந்து உங்க ஊர்ல விட்டுட்டு வர்றேன் என்று கூறினார் கமலா.

அடுத்த நாள் காலையில் 10 மணி அளவில் ஒரு கார் ஏற்பாடு செய்து அதில் புது தம்பதிகளின் துணிமணிகளை எடுத்து வைத்தார்கள். பின்னர் அவர்கள் ஜோடியாக உட்கார்ந்தார்கள். கூடவே கமலாவும், ஜெயந்தியும் உட்கார்ந்தார்கள் .பின்னர் போய் வருகிறேன் என்று சொல்லி விட்டு காரில் கிளம்பினார்கள். இரண்டரை மணி நேரம் கழித்து அவனியாபுரத்தில் இருந்து திண்டுக்கல் மாவட்டம் சின்னாளபட்டி வந்து சேர்ந்தனர்.

ராஜுவின் வீட்டின் முன்னால் கார் வந்து நின்றது. கமலா மற்றும் ஜெயந்தி இருவரும் காரில் இருந்து இறங்கி வீட்டின் உள்ளே சென்று ஆரத்தி கரைத்து எடுத்து வந்து சுற்றி போட்டார்கள். பின்னர் வீட்டில் சென்றவுடன் கண்மணி குத்துவிளக்கு ஏற்றி வைத்தாள்.

கமலா மற்றும் ஜெயந்தியும் சரி நாங்கள் புறப்படும் நீங்கள் பயப்ப-டாதீர்கள் என்று தைரியம் சொல்லி விட்டு கிளம்பினார்கள்.

கண்மணி வீட்டிற்கு வந்துவிட்டால் என்று செய்தி அவரது குடும்-பத்தாருக்கு தெரிய வந்தது.

அவர்கள் உடனே கிளம்பி வந்தார்கள். அவர்கள் கூடவே ஒரு குடிகார குப்பன் வந்தான்.

அந்தக் குடிகாரன் ஏய் ஓடுகாலி வெளிய வாடி என கத்தினான்.

யாரும் வெளியில் வரவில்லை. கண்மணியின் குடும்பத்தினர் தங்க-ளின் மன வேதனையை வார்த்தைகளாக கொட்டித் தீர்த்து விட்டு சென்-றனர்.

5

சீமந்தம்

கண்மனி தனது பெற்றோரை நினைத்து அழுதாள். பின்னர் கண்களை துடைத்துக் கொண்டாள்.

மறுநாள் காலையில் கல்லூரிக்கு செல்ல தயாரானாள் கண்மணி. அரக்கப் பரக்க எழுந்து குளித்துவிட்டு காலை உணவு சாப்பிட்டும், சாப்பிடாமலும் , ஐடி கார்டை எடுத்து மாட்டிக்கொண்டு ஏங்க கிளம்பிட்டேன் போலாம் என்றாள் கண்மணி.

ராஜு கண்மணியை வண்டியில் ஏற்றிக் கொண்டு கல்லூரிக்கு சென்று இறக்கி விட்டு வேலைக்குச் சென்றான்.

கண்மணி கல்லூரிக்குச் சென்று தனது கிளாஸ் இன் சார்ஜ்ஜை சந்தித்து நடந்தவற்றை தெரிவித்து, இதனால் தான் இத்தனை நாள் கல்லூரிக்கு நான் வரவில்லை என்று கூறினாள்.

ஏன்மா கண்மணி படிக்கிற வயசுல உனக்கு எதுக்கு கல்யாணம்? தேவையா என்று கேட்டார் ப்ரொஃபஸர் ரேகா.

கண்மணி மௌனமாக இருந்தாள்.

சரி நடந்தது நடந்துடுச்சு , கல்யாணம் ஆயிடுச்சு என்றதுக்காக காலேஜ் வராம பாதியிலேயே நின்றுராத என்று கூறினார் ரேகா மேடம்.

இல்ல மேடம் கண்டிப்பா நான் காலேஜ் நிக்காம வருவேன் என்று கூறினால் கண்மணி.

அங்கிருந்து கண்மணி தனது வகுப்பறைக்குச் சென்றால். அந்த கல்லூரியானது பெண்கள் கல்லூரி. ஆகையால் வகுப்பறை முழுவதும் பெண்கள் தான் இருந்தனர். கண்மணி தனது இடத்தில் வந்து அமர்ந்து

கொண்டாள்.

வாங்க புதுப்பொண்ணு என்று கூறினால் கண்மணியின் தோழி கேத்-ரின். என்ன கல்யாணத்திற்கு கூப்பிடவே இல்லை என்று கேட்டால் கேத்ரின்.

கோ பற்ற நிலைமையிலயா நான் இருந்தேன் என்று கேட்டால் கண்-மணி.

அப்புறம் கல்யாண வாழ்க்கை எப்படி போகுது என்று கேட்டால் கேத்ரின்.

இப்பதானே வாழ்க்கை ஆரம்பிச்சிருக்கோம், இனிமேல் எல்லாம் நல்லாதான் நடக்கும் என்று கூறினாள் கண்மணி.

அப்பாவும் அம்மாவும் சண்டை போடுவாங்க கவலப் படாதடி கண்-மணி. பேரக் குழந்தை ஒன்று பிறந்தா எல்லாம் சரியா போயிடும் என்று கூறினால் கேத்ரின்.

அப்படியே அன்றைய நாள் கழிந்தது. கண்மணி வீட்டிற்கு திரும்பி-னாள். சமையல் வேலையை பார்க்க தொடங்கினாள். மாமியார் அப்-போதுதான் வேலைக்கு சென்று விட்டு வீட்டிற்கு திரும்பினார்.

கண்மணி சமையல் செய்றியாம்மா? இரு நானும் வர்றேன் என்றார். பின்னர் இருவரும் சேர்ந்து சமைத்தனர்.

ராஜூவும் தனது வேலையை முடித்துவிட்டு வீடு திரும்பினான். குளித்து விட்டு வீட்டினுள் வந்தான்.

அனைவரும் இரவு உணவு சாப்பிட ஆரம்பித்தனர். அப்புறம் கண்-மணி இன்று கல்லூரியில் என்ன நடந்தது என சொல்லத் தொடங்கினார் ராஜூவிடம்.

கண்மணி நீ பயப்பட வேண்டாம். எந்த சூழ்நிலையிலும் நான் உன்னை படிப்பை விட்டு நிறுத்த மாட்டேன் என்று கூறினான் ராஜூ.

இரவு உணவை முடித்து விட்டு மூவரும் உறங்கச் சென்றனர்.

நாட்கள் விரைவாக ஓடின. கண்மணியோ கல்லூரிப் படிப்பு இறுதி ஆண்டு நிறைவு செய்யும் தருணத்தை நெருங்கிவிட்டாள். இரண்டு ஆண்டு காலமாக கண்மணியின் கல்லூரி செலவை ராஜீ தான் பார்த்து வருகின்றான்.

ஒரு நாள் மாலையில் கண்மணி காலண்டரை புரட்டிப் பார்த்துக் கொண்டிருந்தாள்.

என்ன கண்மணி ரொம்ப நேரமா காலண்டரில் புரட்டி புரட்டி பார்த்-துவிட்டு இருக்க என்று ராஜு கேட்டான்.

“இல்லங்க சும்மாதான் பார்க்கிறேன”என்று சொன்னால் கண்மணி.

“என்ன சும்மா, ஏதாவது விசேஷம் வருதா என்ன?” என்றான் ராஜு.

“இல்லங்க நான் தலைக்கு குளிச்சு நாளாச்சு. ஆனா இன்னும் ஒன்னும் காணோம் அதான் பார்த்துகிட்டு இருக்கேன” என்றாள் கண்-மணி.

ராஜு இத்தனை தன் அம்மாவிடம் சென்று தெரிவித்தான்.

அவளோ, கண்ணங்கள் பூரிக்க அப்படியா என்றாள்?

ஆமா என்றான் ராஜு.

இதுக்கு என்னம்மா பண்ணனும் என்று ராஜு கேட்டான்.

“ஒன்னும் பண்ண வேண்டாம். நாளைக்கு ஆஸ்பத்திரிக்குப் போய் செக் பண்ணிட்டு வாங்க” என்றால் ராஜுவின் தாயார்.

“ஏம்மா என்ன ஆச்சு ?எதுக்கு ஆஸ்பத்திரிக்கு போக சொல்லுற?” என்று கேட்டான் ராஜு.

“டேய் நீ அப்பா ஆகப்போறேடா. நான் பாட்டியாக போறேன்” என்று சொன்னால் ராஜுவின் அம்மா.

ராஜு ஆனந்தத்தில் குதித்தான்.

பின், கண்மணியிடம் சென்றான். என்ன கண்மணி இந்த நல்ல விஷயத்தை நீ தான் முதல்ல என்கிட்ட சொல்லுவன்னு பார்த்தேன். ஆனா நீ சொல்லவே இல்லையே என்று கேட்டான்.

யோவ் லூசு மாதிரி பேசாதயா, நான் தான் உன் கிட்ட சொல்றதுக்-குள்ள நீதான் ஓடிப்போய்ட்ட. அப்புறம் எப்படி உன்கிட்ட சொல்லுவேன் என்று கேட்டால் கண்மணி.

நான் இந்த கர்ப்பத்தை செக் பண்ற மெஷின்ல செக் பண்ணி பார்த்தேன். அதுக்காக தான் காலண்டரில் பார்த்துகிட்டே இருந்தேன். நீயே யோசிப்பண்ணு பார்த்தேன். நீ யோசிக்கற மாதிரி தெரியல. நானே சொல்லலாம்னு பார்த்தேன். ஆனா அதுக்கும் வழி இல்லை நீ ஓடிப் போய் விட்டே என்று சொன்னால் கண்மணி.

“சரி விடு நல்ல விஷயம் யாரு சொன்னா என்ன எல்லாம் நல்ல-துதான்” என்று சொன்னான் ராஜு.

வீட்டில் இருந்த சர்க்கரை டப்பாவில் கையை விட்டு சர்க்கரையை அள்ளிவந்து கண்மணியின் வாயில் போட்டான் ராஜு.

பின்னர் கண்மணியை கட்டி அணைத்துக் கொண்டு நெற்றியில் முத்தமிட்டான். கண்மணியும் ராஜுவின் கன்னத்தில் முத்தமிட்டாள்.

கண்மணி நம்ம பொண்ணுக்கு என்ன பெயர் வைக்கலாம்? என்னது பொண்ணா? ஆமா. இல்ல எனக்கு பையன் தான் வேணும் என்று கூறினால் கண்மணி. எனக்கு பொண்ணு தான் வேணும் என்றான் ராஜு.

சரி சண்டை போட வேணாம். அந்த ஒரு ரூபாய் நாணயத்தை எடுத்து விட்டு பாப்போம் தல விழுந்த பையன். பூ விழுந்தா பொண்ணு. என கூறினான் ராஜு.நாணயத்தை சுண்டி விட்டால் கீழே விழுந்து கரகர என்று சுத்தி குப்புற கவிழ்ந்தது. தான் கையை வைத்து மறைத்தான் பின்னர் கையை திறந்தான். ஆஹா பூ விழுந்திருக்கணும் முருகா என்று சொன்னான் ராஜு. இல்லை எரும நல்லா பாரு அது தல என்றால் கண்மணி. இல்லை இல்லை இதெல்லாம் சும்மா பொண்ணுதான் பிறக்கும் என்றான் ராஜு.

சரி விடு அது பிறக்கும் பொழுது பார்த்துக்கொள்ளலாம் பையனா பொண்ணா என்று என்று கூறினால் கண்மணி.

சரிங்க நாளைக்கு எந்த ஆஸ்பத்திரிக்கு போலாம் என்று கேட்டால் கண்மணி.

யார்கிட்டயாவது விசாரிச்சுட்டு போகலாம் என்று சொன்னான் ராஜு.

எப்படா பொழுது விடியும் என இருவரும் எண்ணிக் கொண்டே அன்று இரவு உறங்கி விட்டனர்.

அடுத்த நாள் காலை விடிந்தது. இருவருக்கும் இந்த நாள் ஒரு புதிய நாளாகவே தோன்றியது. பரபரப்புடன் காலையில் ராஜு எங்கேயோ வண்டியை எடுத்துக் கொண்டு கிளம்பினான்.

ராஜு எங்கே போகிறான் என்று பார்த்தோமேயானால் அவனது நண்பன் கிட்டுவின் வீட்டின் வாசலில் நின்று ஹாரன் அடித்தான். கிட்டு வீட்டின் உள்ளே இருந்து வெளியே வந்தான். என்னடா ராஜு என்ன விஷயம் என்று கேட்டான் கிட்டு. அதெல்லாம் அப்புறம் என்ன ஒன்னு சொல்றேன் வா வந்து உட்காரு என்று சொன்னான் ராஜு.

வண்டி நேரு வேறு ஒரு வீட்டின் வாசலில் நின்றது. ராணி அக்கா என்று கூப்பிட்டு கொண்டே வீட்டினுள் இருவரும் சென்றார்கள். டேய்

வாங்கடா இன்னைக்குதான் என் வீட்டுக்கு வழி தெரிஞ்சுதா என ராணி கேட்டாள்.இல்லக்கா எங்களுக்கு ரொம்ப வேலை அதான் வர முடியல என்றனர் இருவரும். டேய் பொய் சொன்னாலும் புரிந்திட மாதிரி சொல்லுங்கடா. நான் தான் உங்க வேலையைப் பார்க்கிறேன் என்றாள் ராணி.மாமா எங்க என்று கேட்டான் ராஜு. மாமா டியூட்டிக்கு போயிட்டாரு டா என்று சொன்னால் ராணி.

சரி இருங்க. என்று சொல்லிவிட்டு ராணி சமையலறைக்குள் சென்று திரும்பி வந்தால். திரும்பி வரும்போது கையில் ஒரு தட்டுடன் வந்தால் தட்டில் என்ன என்று உற்றுப் பார்த்தோமானால் , ஆவி பறக்க பறக்க இரண்டு சூடான கப்பில் காபி கொண்டுவந்தாள். காப்பிய எடுத்துக்-கோங்க என்று கூறினால் ராணி.

இருவரும் காப்பியை குடித்துக் கொண்டிருக்கும் போது இராணியின் மகள் ரேகா வந்தால். மாமா என்று கூறிவிட்டு கிட்டுவின் காபியை ஒரு வாய் குடித்து விட்டு சென்றாள். ஏய் ரேகா என்ன பழக்கம் இது அடி வாங்குவ பாத்துக்கோ என்றால் ராணி. அக்கா குழந்தைதானே விடுங்க என்றான் கிட்டு. டேய் கெட்டு இருடா உனக்கு வேற காபி தர்றேன் என்றாள் ராணி. அக்கா குழந்தையும் தெய்வமும் ஒன்னு எனக்கு இந்த காபியை போதும்அக்கா என்றான் கிட்டு. டேய் நல்லா ஐஸ் வைக்கி-றீங்க டா எனக்கு என்று சொன்னால் ராணி.

சரி என்ன விஷயம் சொல்லுங்க ஏதும் விஷயம் இல்லாம என்ன பார்க்க வர மாட்டீங்களே என்று சொன்னால் ராணி.அக்கா அதைத்-தான் நானும் கேட்கிறேன் இந்த ராஜு என்கிட்ட சொல்லவே மாட்-டேங்குறான் என்று சொன்னான் கிட்டு. டேய் ராஜு என்னடா விஷயம் என்று கேட்டாள் ராணி.அக்கா எல்லாம் நல்ல விஷயம் தாக்கா. கண்-மணி முழுகாம இருக்கா என்று சொன்னான் ராஜு. உடனே ராணி சமையலறைக்குள் சென்று ஒரு கட்டி வெல்லம் கொண்டுவந்து தூளாக உடைத்து ராஜுவன் வாயில் போட்டாள்.

வாழ்த்துக்கள் ராஜு. அப்பா ஆக போறிங்க என்றாள ராணி. அக்கா எந்த ஆஸ்பத்திரக்கு செக்கப்கு போலாம்னு கேக்க தான் வந்-தோம் என்றான் ராஜு. ம்ம், சாருக் அப்துல்லா ஆஸ்பத்திரிக்க போங்க நல்லா பாப்பாங்க, பாப்பாக்கு கூட நாங்க அங்க தான் போகணும் என்று சொன்னாள ராணி. சரிக்கா நாங்க ப செக்கப்புக்கு போயிட்டு வந்து சொல்லுறோம் எனக் கூறிவிட்டு இருவரும் கிளம்பினர்.

ராஜு நேராக வீட்டிற்கு வந்து கண்மணி ஷாருக் அப்துல்லாஹ் ஆஸ்பத்திரிக்கு ராணி அக்கா போக சொன்னாங்க என கூறினான். பின்னர் இருவரும் முருகப் பெருமானை வேண்டி விட்டு, திண்டுக்கல்-லில் உள்ள ஷாருக் அப்துல்லா மருத்துவமனைக்கு சென்றனர். மருத்து-வர் கண்மணியை பரிசோதித்துவிட்டு ஒன்றும் பிரச்சனை இல்லைம்மா, குழந்தை நல்லா இருக்கு, மாதம் ஒரு முறை செக்கப்புக்கு வரு-மாறு கூறினார். பின்னர் இருவரும் வீட்டிற்கு வந்தார்கள். கண்மணியின் மாமியார் ஆஸ்பத்திரியில் என்ன நடந்தது என்று கேட்டார், கண்மணி நடந்ததை கூறினாள்.

நாட்கள் அப்படியே நகர்ந்தன கண்மணி தினசரி பாலும் பழமும் சாப்பிட்டு குழந்தையை நன்றாக சீராட்டிப், பாராட்டி வயிற்றினுள் வளர்த்து வந்தாள்.

இவையெல்லாம் ஒரு பக்கம் நடந்து கொண்டிருக்கும்போதே கண்-மணி கல்லூரி படிப்பை முடித்துவிட்டாள். கண்மணிக்கு மெல்ல வயிறு வெளியே தெரிய ஆரம்பித்தது. ஆறரை மாதம் வரை ஆகிவிட்டது. வளைகாப்பு விழா பற்றிய பேச்சு ஆரம்பித்தது. கண்மணி கர்ப்பமாக இருப்பது அவளது வீட்டாருக்கும் தெரியாமல் இல்லை. அவர்கள் கோபம் இன்னும் தீரவில்லை. எனவே யாராவது வந்து என்ன சின்ராசு, இப்ப கூட வா உன் கோபம் தீரல ? என சிலர் கேட்டால் பதில் பேசா-மல் போய் விடுவார் அவரது குடும்பத்தார்.

கண்மணி கோ தற்போது ஏழு மாதம் ஆகி விட்டது. தன் வீட்டார் இன்னும் தன் மீது கோபமாக உள்ளதை நினைத்து வருந்திக் கொண்டி-ருந்தாள்.

கண்மணியின் மாமியாரும் கவலைப்படாத கண்மணி உனக்கு நான் வளைகாப்பு பண்றேன். உனக்கு அம்மாவா நான் இருக்கேன் என்று கூறினார்.

வளைகாப்பு விழா நடத்துவதற்கான வேலை ஆரம்பித்தது. ஐயரே வரவழைத்து நல்ல நாள் பார்த்து தேதி குறித்தார்கள், மண்டபம் பேசி-னார்கள், பத்திரிக்கை அடித்தார்கள், உறவினர்கள் அழைத்தார்கள். வளைகாப்பு நடைபெறும் நாளும் வந்தது.

வளைகாப்பு விழாவிற்காக மண்டபம் முழுவதும் அலங்கரிக்கப்பட்டி-ருந்தது.கண்மணியின் வளைகாப்பு விழாவிற்கு சின்னாளப்பட்டி கிராமமே கிளம்பி சென்றது.

பட்டுப்புடவையில் கண்மணியும் அவரது அருகில் ராஜுவும் அமர்ந்து இருந்தார்கள். சடங்குகள் முடிந்த உடன் அனைவரும் கண்-மணியின் கண்ணங்களில் சந்தனம் பூசி சிகப்பு பொட்டு வைத்து மாலை போட்டு கண்ணாடி வளையல் கை நிறைய கண்மணிக்கு போட்டு-விட்டார்கள். கண்மணி உள்ளம் நெகிழ்ந்தால். வளைகாப்பு விழாவிற்கு வந்த அனைத்து சுமங்கலிப் பெண்களுக்கும் தாலிக்கயிறு மற்றும் ஒரு செட்டு கண்ணாடி வளையல், ஒரு சிறிய தட்டு ஆகியவை வழங்-கப்பட்டன.கண்மணியின் தோழிகளும் வளைகாப்பு விழாவிற்கு வந்து இருந்தார்கள்.

வளைகாப்பு விழாவிற்கு வந்தவர்களுக்காக அறுசுவை உணவு தயார் செய்யப்பட்டிருந்தது. ஏழு வகை உணவுகள் தயிர் சாப்பாடு, எலுமிச்சை சாப்பாடு, புளி சாப்பாடு, கீரை சாப்பாடு, காய்கறி பிரியாணி, புதினா சாப்பாடு மற்றும் இனிப்பு வகைகள் போன்றவை தயார் செய்யப்பட்டு இருந்தன. விழாவிற்கு வந்திருந்த அனைத்து உறவினர்களும் அறுசுவை உணவை உண்டுவிட்டு, மொய் வைத்து விட்டு, கண்மணியை ஆசீர்வ-தித்துவிட்டு சென்றனர்.

வளைகாப்பு விழா எந்த குறையுமின்றி நல்லபடியாக நடந்து முடிந்-தது. கண்மணியின் ஒரே ஒரு குறை தனது குடும்பத்தார்கள் இதை ஏற்று நடத்த வில்லையே என்று.

6

ராஜகுமாரன்

கண்மணிக்கு வளைகாப்பு நடந்த ஆரவாரங்கள் ஓய்ந்தன. சீமந்த விழா நடந்த அன்று மதிய வேளையில் கண்மணியை வீட்டிற்கு அழைத்து வரும் வழியில் மாரியம்மன் கோவிலுக்கு சென்று சூடம், சாம்பிராணி, பத்தி ஆகியவை பற்ற வைத்து அம்பாளை வேண்டி விட்டு, பின்னர் வீடு திரும்பினர். வீட்டிற்கு வந்து கண்மணி குத்துவிளக்கு ஏற்றினாள்.

சூரிய பகவான் உலகின் ஒரு பகுதிக்கு விடைகொடுத்து விட்டு மற்றொரு பகுதிக்கு வணக்கம் சொல்வதற்காக புறப்பட்டுக் கொண்டிருக்கும் வேளையில் ராஜுவும் கண்மணியும் வீட்டின் வாசலில் கட்டிலில் அமர்ந்து பேசிக்கொண்டிருந்தார்கள். அப்போது அந்த வீதியில் ஒருவர் வந்தார். இருட்டு கட்டும் நேரம் ஆனதால் வருவது யாரென்று எளிதில் புலப்படவில்லை. அவர் அருகில் வந்தவுடன் ராஜு, வாங்க மாமா இப்பதான் உங்களுக்கு பஸ் கிடைத்ததா என்று கேட்டான். இல்ல மாப்ள காலையில வர முடியாத சூழ்நிலை ஆயிப்போச்சு என்றார் அவர். சரி இப்பவாவது வந்தீர்களே என்றான் ராஜு. வாங்கப்பா சாப்பிடலாம் என்றால் கண்மணி. அவரை உள்ளே அழைத்துச் சென்று சாப்பாடு போட்டார்கள். பின்னர் அவர் இருவரையும் வாழ்த்திவிட்டு சென்றார். அவர் யார் என்று வாசகர்கள் யோசிக்கவேண்டாம். அவர் நமது ராஜு உடன் வேலை செய்பவர்.

பின்னர் ராஜுவும் கண்மணியும் தங்களது பேச்சை தொடர்ந்தனர். கண்மணி சற்று வாட்டத்துடன் காணப்பட்டால். என் கண்மணி கொஞ்சம் சோகமா இருக்கிற மாதிரி தெரியுது என்று கேட்டான் ராஜு. அது

வேற ஒன்னும் இல்லங்க , எல்லா பொண்ணுங்களுக்கும் வளையகாப்பு அவங்க அம்மா வீட்டிலிருந்து தான் செய்வாங்க. ஆனால் எனக்கு அப்படி நடக்கலை அதுதான் ஒரு வருத்தம் என்று கூறினால் கண்மணி. இன்னும் எவ்வளவு நாள் கண்மணி அப்படியே இருப்பாங்க, அதெல்லாம் இன்னும் கொஞ்ச நாள் போனால் சரியா போயிடும் என்றான் ராஜு. இன்னும் எவ்ளோ நாள், நமக்கு கல்யாணம் ஆகி ரெண்டு வருஷம் ஆச்சு, இன்னுமா கோவம் தீரல என்றால் கண்மணி.

பேரக்குழந்தை வந்துட்டா மனசு மாறிடுவாங்க கண்மணி, நீ ஒன்னும் கவலைப்படாதே என்று சொன்னான் ராஜு. அந்த நேரத்தில் கண்மணியின் தொலைபேசி ஒலித்தது. கண்மணி அதை எடுத்து பேசிக்கொண்டிருந்தாள். ராஜூ தொலைக்காட்சி பார்த்துக் கொண்டிருந்தான். வளைகாப்பு நல்லபடியா முடிஞ்சது, எல்லாரும் வந்தாங்க, கல்லூரி தோழிகளும் வந்தாங்க, ஊரே வந்துச்சு, நீ தான் வரல என பேசிக்கொண்டு இருந்தால் கண்மணி. பின்னர் அரைமணி நேரம் கழித்து தனது செல்போன் உரையாடலை முடித்துக் கொண்டு கண்மணியும் தொலைக்காட்சி பார்க்க ஆரம்பித்தாள்.

அப்படி எந்த தொலைக்காட்சியில் என்ன நிகழ்ச்சி ஒளிபரப்பாகி கொண்டிருக்கிறது என்று உற்று பார்த்தோமானால் அது குழந்தைகள் பற்றிய நிகழ்ச்சி. இருவரும் தங்களுக்கு குழந்தை பிறந்தவுடன் எப்படி அந்த இளம் சிசுவை பராமரிப்பு என பார்த்துக் கொண்டிருந்தார்கள்.

ஒரு மாதம் அப்படியே ஓடி விட்டது. கண்மணிக்கு வயிறு நன்கு வெளியே தெரிந்தது. கண்மணிக்கு தற்போது ஒன்பது மாதம் ஆகிவிட்டது. ஒன்பதாவது மாதம் செக்கப்புக்காக கண்மணியும், ராஜுவும் திண்டுக்கல் சாருக் அப்துல்லா மருத்துவமனைக்கு சென்றார்கள். மருத்துவர் கண்மணியை பரிசோதனை செய்துவிட்டு ,குழந்தை நல்லா இருக்குமா . கை , கால் , உடம்பு எல்லாமே நல்லா இருக்கு. அடுத்த மாதம் 24 ஆம் தேதி குழந்தை பிறப்பதற்கான வாய்ப்பு அதிகம். அதனால நீங்க முன்னாடி நாளே ஆஸ்பத்திரிக்கு வந்து அனுமதி ஆயிடுங்க என்று மருத்துவர் கூறினார்.

சரி என்று இருவரும் தலை அசைத்தனர். பின்னர் தங்களது கோப்புகளை வாங்கிக்கொண்டு வீடு திரும்பினர். அடுத்த நாள் காலையில் கண்மணி அவளது வீட்டின் அருகில் உள்ள அங்கன்வாடி மையத்திற்கு சென்றால். கண்மணிக்கு தான் இன்னும் குழந்தையை பிறக்க வில்-

லையே? அவள் எதுக்கு இப்போது அங்கன்வாடி மையத்திற்கு செல்கிறாள் என்று வாசகர்களுக்கு கேள்வி எழலாம். நியாயமான கேள்விதான். நாம் இந்த நேரத்தில் சில முக்கியமான தகவல்களை அறிந்து கொள்ள வேண்டும். அங்கன்வாடி மையங்கள் வெறும் மழலையர் களுக்கான பள்ளி மட்டும் அல்ல. அங்கு அந்த அங்கன்வாடி மையம் அமைந்துள்ள பகுதிகளில் எத்தனை பேர் கர்ப்பிணியாக உள்ளனர், எத்தனை பச்சிளம் குழந்தைகள் உள்ளன மற்றும் குழந்தைகளுக்கு போலியோ சொட்டு மருந்து மற்றும் தாய்மார்கள் மற்றும் கர்ப்பிணிக்கு இணை உணவு அதாவது சத்துமாவு வழங்குதல் போன்ற செயல்களை செய்து வருகின்றது அங்கன்வாடி மையம்.

இனி கண்மணி இப்போது எதற்காக அங்கன்வாடி மையத்திற்கு செல்கிறாள் என்று வாசகர்களுக்கு சொல்லத் தேவையில்லை. கண்மணி அங்கன்வாடி மையத்திற்கு சென்றவுடன், அந்த மையத்தின் ஆசிரியை கீதாராணி வா வா கண்மணி உனக்காக சத்து மாவு எடுத்து வச்சிருந்தேன் வாங்கிட்டு போவது, இரண்டு நாளா உன்ன காணோம். என்றார் அந்த ஆசிரியை கீதாராணி. இல்லக்கா செக்கப்காக ஆஸ்பத்திரிக்கு போய் இருந்தேன் அதான் வர முடியல என்று சொன்னால் கண்மணி. ஓ அப்படியா! கண்மணி, சரி ஆஸ்பத்திரில என்ன சொன்னாங்க , எப்ப டெலிவரி என்று கேட்டார் கீதாராணி. குழந்தை நல்லா இருக்குதுன்னு சொன்னாங்க அப்புறம் அடுத்த மாதம் 20ம் தேதிக்கு மேல் டெலிவரி ன்னு சொன்னாங்க என்று சொன்னால் கண்மணி. பின்னர் கீதா ராணியிடம் சத்து மாவை பெற்றுக்கொண்டு கண்மணி வீடு திரும்பினாள்.

இன்றைய காலகட்டத்தில் நிலவி வரும் கருத்து என்னவென்றால் கர்ப்பிணிகள் எந்த ஒரு கடினமான வேலையையும் செய்யக்கூடாது என்பது. ஆனால் கண்மணி அப்படி இல்லை முற்றிலும் மாறுபட்டவள். கர்ப்பிணிகள் குனிந்து நிமிர்ந்து வேலை செய்தால்தான் சுகப் பிரசவம் ஆகும் என்பால் கண்மணி. தினசரி காலையில் எழுந்தவுடன் சிறிய உடற்பயிற்சிகள் செய்தால் பின்னர் மதிய வேளையில் இனிமையான பாடல்கள் கேட்பாள். அவளுக்கு மிகவும் பிடித்த பாடலான “ கண்மணி அன்போடு காதலன் நான் எழுதும் கடிதமே” என்ற பாடலை அடிக்கடி கேட்பாள். மேலும் ஏ.ஆர். ரகுமான் மற்றும் ஹாரிஸ் ஜெயராஜ் போன்ற இசை அமைப்பாளர்களின் மெல்லிசை பாடல்களையும் கேட்பாள்.

அப்படியே நாட்கள் மெல்ல நகர்ந்தது. கண்மணிக்கு தற்போது பத்தாவது மாதமாகி விட்டது. சூர்யா அப்போது தனது மாமாவின் ஊரான சின்னாளப்பட்டி வந்திருந்தான். கண்மணி சமைத்துக் கொண்டிருந்தாள். என்ன அக்கா புட்பால் உதைக்கிறான் பையன்? என்று கேட்டான் சூர்யா. டேய் அதெல்லாம் நல்லா உதைக்கிறான்டா, மத்தியான நேரத்துல பாட்டு போட்டா போதும் முட்டிக்கிட்டு இருப்பான் என்று சொன்னால் கண்மணி. சூர்யாவின் பாட்டியோ, டேய் சூர்யா நீ என்னடா பையன் என்று சொல்ற, உன் மாமன் பொண்ணு சொல்றான் , என்னடா மாமாவோட கட்சியிலிருந்து அக்காவோட கட்சிக்கு மாறிட்டியா என்று கேட்டாள். ஆமா பாட்டி இப்ப அக்காவோட கட்சியில் இருந்தால் தான் இந்த இனிப்பு பலகாரம் எல்லாம் எனக்கு நிறைய கிடைக்கும். மாமாவோட கட்சில இருந்தால் கிடைக்காது இல்லை என்றான் சூரியா. டேய் ஒரே ஒரு அதிரசத்துக்காக கட்சி மாறிட்டியே என்றாள் பாட்டி. ஆமா பாட்டி என்று சொல்லிக்கொண்டே ஒரு அதிரசத்தை எடுத்து வாயில் போட்டான் சூர்யா.

சிறிது நேரம் கழித்து சூர்யாவின் மாமா ராஜு வீட்டிற்கு வந்தார். கையில் ஒரு பையுடன் வந்தார். பையை பார்த்தவுடனே சூர்யா, என்ன பாட்டி இப்படி சொல்ற? கண்மணி அக்காவுக்கு பாப்பா தான் பிறக்கும் என்று சொன்னால் சூர்யா. டேய் பலே கில்லாடி டா நீ என்றால் கண்மணி. நான் எல்லா கட்சிகளும் இருப்பேன் அப்ப தான் எனக்கு எல்லாமே கிடைக்கும் என்றான் சூரியா.

சரிடா சரிடா நல்லா நடிக்க கத்துக்கிட்ட என்றாள் பாட்டி. ஒரு இரண்டு நாட்கள் தங்கிவிட்டு சூர்யா தனது ஊருக்கு கிளம்பி விட்டான்.

ஒரு நாள் மாலை நேரத்தில் கண்மணி வீட்டின் வாசலில் உட்கார்ந்து தேங்காயை துருவிக் கொண்டு இருந்தாள். அப்போது திடீரென அவளுக்கு வயிறு லேசாக வலித்தது. சிறிது நேரத்தில் பயங்கரமாக வயிறு வலிக்க ஆரம்பித்தது. இதனைத் தனது மாமியாரிடம் சொன்னால் கண்மணி. உடனே அக்கம் பக்கத்தில் இருந்தவர்கள் வந்தார்கள். கண்மணியை சற்று நடந்து கொடுக்குமாறு சொன்னார்கள். ஒருவர் ராகுவிற்கு தொலைபேசியில் தொடர்புகொண்டு விஷயத்தை தெரிவித்தார். அப்போதுதான் ராஜு வேலையை முடித்துவிட்டு வீட்டிற்கு திரும்பிக் கொண்டிருந்தான் , விஷயம் அறிந்தவுடன் வேகமாக வண்டியை ஓட்டிக்கொண்டு வீட்டிற்கு வந்தான்.

கண்மணி என் கையை பிடித்துக் கொண்டு அவனும் கண்மணியுடன் நடந்தான். அதே நேரத்தில் தனது நண்பன் கிட்டு விற்கு போனை போட்டு காரை எடுத்து வருமாறு கூறினான். கிட்டு உடனே காரை எடுத்துக்கொண்டு ராஜாவின் வீட்டிற்கு வந்தான். காரின் கதவை திறந்து கண்மணியை உள்ளே உட்கார வைத்தார்கள். பின்னர் ராஜீவ் மற்றும் அவனது அம்மா மேலும் ராணி அக்கா மற்றும் உறவினர் ஒருவரும் காரில் ஏறிக் கொண்டனர்.

கண்மணி கொஞ்ச நேரம் வழியே பொறுத்துக்கோ, ஆஸ்பத்திரிக்கு போய் விடலாம் என்று கூறினால் ராணி அக்கா.

இயல்பாகவே எல்லா கணவர்களும் இந்த மாதிரி நேரத்தில் பதட்டம் அடைவார்கள். அதேபோல ராஜூவும் பதட்டத்துடன் காணப்பட்டான். பின்னர் தனது அக்கா ஜெயந்தியிடம் விஷயத்தை செல்போனில் தெரிவித்தான். ராஜூ விஷயத்தை சொன்ன அடுத்த கணமே ஜெயந்தியும் புறப்பட்டு ஆஸ்பத்திரிக்கு கிளம்பினால். உடன் தனது மகனையும் அழைத்துச் சென்றாள்.

கார் ஆனது தற்போது திண்டுக்கல் சாருக் அப்துல்லா மருத்துவமனையின் வாசலில் நின்றது. எல்லோரும் இறங்குவதற்கும் முன்னே ராஜூ மளமளவென்று இறங்கி ஆஸ்பத்திரியில் செக்கப்பிற்காக வந்தபோது கொடுத்த கோப்புகளை எல்லாம் எடுத்துக்கொண்டு ஆஸ்பத்திரியின் முகப்பு பகுதி நோக்கி ஓடினான். அதேவேளையில் மற்றவர்கள் கண்மணியை மெல்ல நடக்க வைத்து கூட்டி வந்தார்கள். ராஜூ ஆஸ்பத்திரியின் ரிசப்ஷனில் அனுமதி சீட்டு பதிவு செய்து கொண்டிருந்தான். ரிசப்சனில் பணியில் இருந்த பெண்மணி, அண்ணா இப்போ 20,000 கட்டுங்க அப்புறம் மீதிகட்டுங்க என்றார். ராஜூ வந்த அவசரத்தில் பணத்தை எடுத்து வர மறந்து விட்டான். பின்னர் தனது பர்சில் இருந்து தனது டெபிட் கார்டை கொடுத்து பணத்தை கட்டினான்.

கிட்டத்தட்ட இரவு 8 மணி ஆகிவிட்டது. கண்மணியை பிரசவ சிகிச்சைப் பிரிவில் அனுமதி செய்தார்கள். மருத்துவர்கள் வந்து கண்மணியை பார்த்தார்கள். சுகப்பிரசவத்திற்கான வாய்ப்பு 100% உள்ளதாக கூறினார்கள். கண்மணி உள்ளே போனதிலிருந்து ராஜீவுக்கு தலைகால் புரியவில்லை. அங்கும் இங்கும் உலாவிக் கொண்டே இருந்தான். அவனது தொலைபேசி தொடர்ந்து ஒலித்துக் கொண்டே இருந்தது அது அவன் காதில் விழவில்லை. முருகா நல்லபடியா குழந்தை பிறக்-

கனும் , குழந்தை பிறந்தவுடன் ஒருநாள் தானும் குழந்தையும் பழனி மலை கோவிலுக்கு வந்து மொட்டை அடிப்பதாக வேண்டிக் கொண்டான். நாற்காலியில் அமர்ந்தான் பின்னர் நடந்தான். எப்போடா டாக்டர் வெளியே வருவாங்க என பரபரப்பாக காத்துக் கொண்டிருந்தான்.

பின்னர் சிறிது நேரம் கழித்து மருத்துவர்கள் உள்ளிருந்து வெளியே வந்தார்கள். ராஜு பரபரப்பாக மருத்துவரிடம் ஓடினான். வாழ்த்துக்கள் ராஜு. உங்களுக்கு ராஜகுமாரன் பிறந்துள்ளான் என்று மருத்துவர்கள் கூறினார்கள்.

ஒரு நிமிடம் கண்ணை மூடித் திறந்தான் ராஜு.

7

பெயர்சூட்டு விழா

ஜு மிகவும் மகிழ்ச்சியாக காணப்பட்டான். பின்னர் மருத்துவர்களிடம் தாம் எப்போது கண்மணியை மற்றும் குழந்தையும் பார்க்கலாம் என்றும் கேட்டான். அவசரப்படாதீங்க ராஜு ஒரு அரை மணி நேரம் கழித்து நீங்கள் ஒவ்வொருவராக கண்மணியும் குழந்தையும் பார்க்கலாம் என்று மருத்துவர்கள் கூறினார்கள்.

கண்மணிக்கு இது தலைப்பிரசவம் ஆகையால் மருத்துவர்கள் குறித்துக் கொடுத்த தேதிக்கு முன்னரே பிரசவம் ஆகி விட்டது. கண்மணி தற்போது மயக்க நிலையில் இருந்தால். செவிலியர்கள் குழந்தையின் உடம்பில் உள்ளவற்றை துடைத்து சுத்தம் செய்தார்கள். பின்னர் கண்மணிக்கு அருகில் உள்ள குழந்தையை தொட்டிலில் குழந்தையை வைத்தனர். கண்மணி கண் விழித்துக் கொண்டாள். பின் செவிலியர்களிடம் தன் குழந்தை எங்கே எனக்கேட்டாள். அங்க பாரு மா குழந்தை தொட்டிலில் இருக்கு என்றார்கள் செவிலியர்கள். கண்மணி தனது குழந்தையை தூக்கி முத்தமிட சென்றால், அப்போது செவிலியர்கள் அம்மா இப்ப முத்தம் கொடுக்க வேண்டாம் கொஞ்ச நேரம் ஆகட்டும் என்றனர். பின்னர் கண்மணியை குழந்தைக்கு தாய்ப்பால் ஊட்டுமாறு செவிலியர்கள் சொன்னார்கள்.

செவிலியர்கள் அறையிலிருந்து வெளியில் வந்தனர். வெளியில் காத்திருந்த அவர்களிடம் சத்தம் போடாம உள்ளே போயி ஒவ்வொருத்தரா குழந்தையை பாருங்க என்று கூறினர். உடனே ராஜு உள்ளே சென்றான். கண்மணியைக் கட்டி அனைத்து முத்தமிட்டான். குழந்-

தையை தூக்கி கொஞ்சினான். கண்மணி கடவுள் உன் பக்கம் நீ ஜெயிச்சுட்டே ஆண் பிள்ளை பிறந்து விட்டான் என்று கூறினான். கண்மணி புன்முறுவல் கொண்டாள்.

பின்னர் வெளியில் இருந்தவர்கள் ஒவ்வொருவராக வந்து குழந்-தையை பார்த்தனர். ராணி அக்கா, கண்மணி பையன் மூக்கும் முழியுமா அச்சு அசல் அவன் அப்பா மாதிரியே இருக்கான் என்றாள். எல்லாரும் என்னைய சொன்னிங்களே புள்ளைய திட்டாத அடிக்காத என்று இனி-மேல் நீங்க எப்படின்னு நான் பார்க்கிறேன் என்றால் ராணி அக்கா.

இவையெல்லாம் நடந்து கொண்டிருக்கும்போதே இரவு நடு சாமம் ஆகிவிட்டது. ராஜு கண்மணியுடன் இருக்க மற்றவர்கள் வெளியில் உறங்கினர். ராஜு கண்மணியையும், குழந்தையையும் பார்த்துக்-கொண்டே இருந்தான். அவனை அறியாமலேயே தூக்கம் வந்துவிட்டது. அப்படியே தூங்கிவிட்டான்.

அடுத்த நாள் காலை விடிந்தது. சூர்யாவும் அவனது அம்மா ஜெயந்தியும் திண்டுக்கல்லில் முக்கியமான மிகவும் பரபரப்பான வீதியின் வழியே நடந்து கொண்டிருந்தார்கள். பின்னர் அவர்கள் ஒரு கடையி-னுள் நுழைந்தார்கள். அது என்ன கடை என்று உற்றுப் பார்த்தோ-மானால் ஜவுளிக்கடை. பிறந்த குழந்தைக்கான துணிமணிகள் சோப்பு ,பவுடர் ,விளையாட்டு சாமான்களை வாங்கினார்கள். பின்னர் நேரே அருகில் உள்ள ஒரு பேக்கரிக்கு சென்று கேக் மற்றும் சாக்லேட்டுகளை வாங்கிக் கொண்டு ஆஸ்பத்திரிக்கு சென்றார்கள்.

மச்சு உறவினர்கள் வெளியில் காபி குடித்துக் கொண்டிருந்தார்கள். ராஜுவும் கண்மணியும் உள்ளே இருந்தார்கள். ஜெயந்தியும் சூர்யாவும் உள்ளே சென்றார்கள். தாங்கள் வாங்கி வந்த புதிய ஆடைகள் மற்றும் சாக்லேட்டுகளை கண்மணியிடம் கொடுத்தனர். கண்மணி குழந்தைக்கு முதல்ல நான் கொடுத்த துணியை தான் போட்டு விடும் என்றால் ஜெயந்தி. சரி சித்தி போட்டு விடுறேன் என்றாள் கண்மணி.

பின்னர் சூர்யாவும் ஜெயந்தியும் வெளியே வந்து அனைவருக்கும் சாக்லேட்டுகளை கொடுத்தனர். காலை பத்து மணி ஆகிவிட்டது. ராஜு வெளியில் வந்தான். அக்கா நீங்க எல்லாம் ஊருக்கு கிளம்புங்கள். அம்மா மட்டும் இருக்கட்டும் என்றான். கிட்டு வெளியில் காரிலேயே தூங்கிவிட்டான். அவனை எழுப்பி அனைவரும் காரில் ஏறி ஊருக்கு சென்றனர்.

இரண்டு நாட்கள் கழித்து கண்மணியே வீட்டிற்கு அழைத்துச் செல்லலாம் என்று மருத்துவர்கள் கூறினார்கள். ராஜு கிட்டுவிற்கு போனை போட்டு காரை எடுத்து வரச் சொன்னான். தனது அக்கா ஜெயந்திக்கும் போன் போட்டு ஆஸ்பத்திரிக்கு வரச்சொன்னான். கிட்டு சில நிமிடத்தில் வண்டியை எடுத்துக்கொண்டு திண்டுக்கல் நோக்கி விரைந்தான். ஜெயந்தியும் ஆஸ்பத்திரிக்கு வரும் நேரத்தில் கிட்டுவின் காரும் ஆஸ்பத்திரியில் உள் நுழைந்தது. ஜெயந்தி அக்கா வா கார்ல உட்காரு போலாம் என்றான் கிட்டு. காரை நிறுத்திவிட்டு ஆஸ்பத்திரிக்குள் இருவரும் சென்றனர்.

ராஜு கோப்புகளை எல்லாம் கொண்டு மருத்துவர்களிடம் கொடுத்து அவர்களிடம் கையெழுத்து வாங்கிக்கொண்டு வந்தான். பின்னர் ஜெயந்தி குழந்தையைத் தூக்கிக் கொண்டாள். காரில் வந்து உட்கார்ந்தனர். காரானது நேரே சின்னாளப்பட்டி நோக்கி புறப்பட்டது. அக்கா எல்லாம் ரெடி பண்ணி விடுங்க என ராஜு யாரிடமோ போனில் பேசினான். அடுத்த இரண்டு மணி நேரத்தில் கார் ராஜுவின் வீட்டின் வாசலில் வந்து நின்றது.

குழந்தையுடன் காரில் இருந்து இறங்கினார். ராணி உள்ளே இருந்து ஆரத்தி தட்டுடன் வெளியில் வந்தாள். ராஜீவ் கண்மணி மற்றும் குழந்தையை கிழக்கு திசையை நோக்கி நிற்கச்சொல்லி ஆரத்தியை சுற்றினால். பின்னர் ஆரத்தியை முச்சந்தியில் கொட்டி விட்டு வந்தாள். வீட்டின் உள்ளே சென்றவுடன் பாயை விரித்துப் போட்டு கிழக்குப் பக்கமாக உட்கார சொல்லிவிட்டு, 4 காய்ந்த மிளகாய் மற்றும் உப்பையும் எடுத்து வந்து சுற்றிப் போட்டாள். மிளகாயை அடுப்பில் போட்டவுடன் படபடவென்று அடித்தது. பாரடி கண்மணி எவ்வளவு கண்ணுன்னு என்றாள் ராணி.

பின்னர் குழந்தையை மேற்கு பக்கமாக தலையை வைத்து படுக்க போட்டார்கள். குழந்தையின் வாயில் அனைவரும் ஒரு சொட்டுத் தேன் விட்டனர். கண்மணி மட்டும் இரண்டு சொட்டு விட்டால். என்ன கண்மணி இரண்டு சொட்டு தேன் விடுற என்ன வாயாடி வரட்டுமனா? என்றால் ஜெயந்தி.

பின்னர் அங்கிருந்த அவர்களுக்காக உணவு சமைத்தனர். அப்போது ராணி அக்கா ராஜுவிடம் இன்னைக்கே ஜோதிடரை வர சொல்லி குழந்தைக்கு புண்ணியதானம் அப்புறம் பெயர் வைக்கிறதுக்காண நாளை

குறித்து விடலாம் என்றாள். அன்று மதிய வேளையில் ஜோதிடர் வந்தார். அடுத்த வாரம் செவ்வாய்க்கிழமை நாள் நன்றாக இருக்கிறது ஆகையால் அன்றைய தினத்தை வைத்துக் கொள்ளலாம் என்றார் ஜோதிடர். பின் வா,வே,க,கோ என்ற எழுத்துக்களில் குழந்தைக்கு பெயர் வைக்கலாம் எனவும் ஜோதிடர் கூறினார்.

ஜெயந்திக்கு தோட்டம், ஆடு ,மாடு மற்றும் மகன்கள் பள்ளிக்குச் செல்வதால் அவளுக்கு வேலை சரியாக இருக்கும். ஆகையால் அவள் ஊருக்கு கிளம்பி விட்டாள்.

குழந்தை பிறந்த விஷயம் கண்மணியின் வீட்டாருக்கும் தெரியும். ஆனாலும் அவர்கள் எதுவும் கண்டு கொள்ளவில்லை. கண்மணியின் அம்மா மட்டும் எப்போது தனது பேரனை பார்க்கலாம் என தவித்துக் கொண்டிருந்தாள். ஆனால் கண்மணியின் அப்பாவின் பேச்சை மீற முடியாமல் அமைதியாக இருந்தாள்.

கண்மணி குழந்தையை மடியில் போட்டுக் கொண்டு கொஞ்சிக் கொண்டிருந்தார் அப்போது அவளது தொலைபேசி ஒலித்தது. எடுத்துப் பேசினாள். அப்பா, அம்மா, அண்ணன் யாரும் வரலன்னு கவலைப்படாதடி . சீக்கிரமாவே ஒன்று சேர்த்துடுவாங்க என்றது அந்தக் குரல். இன்னும் எவ்வளவு நாளுடி என்றால் கண்மணி. அவங்கள பத்தி உனக்கு தெரியாதா அதெல்லாம் விடு எல்லாம் சரியாகும் என்றது அந்தக் குரல். குழந்தை எப்படி இருக்கான்? எப்ப பேரு வைக்கிறீங்க என்று கேட்டது அந்தக் குரல். நாளை மறுநாள் பேரு வைக்கிறோம். குழந்தை அவங்க அப்பா மாதிரியே இருக்கான் என்றால் கண்மணி. சரி சரி என்னால தான் வர முடியாது, ராத்திரி நேரத்தில் குழந்தைக்கு பால் கொடுக்காமல் நீ பாட்டுக்கு தூங்காதடி என்றது அந்த குரல். இல்லைடி பால் கொடுத்தது தான் தூங்க வைப்பேன் என்று கூறினால் கண்மணி.

குழந்தைக்கு பெயர் சூட்டும் நாளும் வந்தது. ஐயர் ஹோம குண்டத்தில் நெய்யை ஊற்றி மந்திரங்களை சொல்லிக் கொண்டிருந்தார். பூஜை புனஸ்காரங்கள் முடிந்தவுடன் ஐயர் கிளம்பிவிட்டார்.

வெளியில் விருந்திற்கான ஏற்படும் நடைபெற்றுக் கொண்டிருந்தது. சோறு, குழம்பு , ரசம், தயிர், மோர், வடை, பாயாசம், அப்பளம் ,அவியல் ,பொரியல், பலகாரங்கள் என அனைத்தும் தயாராகிக் கொண்டிருந்தது. உறவினர்கள் மற்றும் நண்பர்கள் வந்திருந்தார்கள்.

குழந்தைக்கு என்ன பெயர் வைக்கலாம் என உறவினர்கள் பேசிக்கொண்டிருந்தார்கள். ஆனால் ராஜுவும் கண்மணியும் ஏற்கனவே என்ன பெயர் வைப்பது என முடிவு செய்து விட்டார்கள்.

ராஜுவின் தாயார் குழந்தையை தனது காலில் போட்டு குளிப்பாட்டி கொடுத்தார். கண்மணியே குழந்தைக்கு புதிய ஆடைகளை அணிவித்து கன்னத்தில் மை பொட்டு வைத்து விட்டால். குழந்தை சிரித்தான். அனைவரும் கண்மணியிடம் என்ன பெயர்? என்ன பெயர்? எனக் கேட்டார்கள். கண்மணி வாயைத் திறக்கவே இல்லை. ஒரு சொட்டு தேனை குழந்தையின் வாயில் விட்டு விட்டு குழந்தையின் காதில் வேலன் வேலன் வேலன் என மூன்று முறை கூறினால் கண்மணி. ஆம் ராஜுவும் கண்மணியும் குழந்தைக்கு தேர்ந்தெடுத்த பெயர் வேலன். ஏனென்றால் இருவரும் முருகனின் பக்தர்கள் ஆகையால் என பெயர் வைத்தனர். இதைக் கேட்ட உறவினர்கள் ஆஹா வேலனா என்றனர். ரெண்டு பேரும் உங்களோட முருக பக்தியை காட்டிடிங்களே என்றனர்.

பின்னர் உறவினர்கள் அனைவரும் வேலனின் வாயில் ஒரு சொட்டு தேனை விட்டு விட்டு, குழந்தையின் காதில் வேலன் வேலன் வேலன் என மூன்று முறை சொன்னார்கள். என்னடா மாப்ள உனக்கு வேலன்னு பேர் வச்சிருக்காங்க. இந்த காலத்துக்கு ஏத்த மாதிரி ஸ்டைல பேரை வப்பாங்கலாம் என கூறிக்கொண்டே குழந்தையின் வாயில் தேனை விட்டுவிட்டு வேலன் வேலன் என மூன்று முறை கூறினான்.

பின்னர் அனைவரும் விருந்து சாப்பாடு சாப்பிட்டனர். குழந்தை வேலனுக்கு புதிய ஆடைகள் மற்றும் மொழி பணத்தையும் கொடுத்தனர். வேலன் தனது பல்லே இல்லாத பொக்கை வாயால் சிரித்தான்.

வேலனின் பெயர் சூட்டு விழா நல்லபடியாக நடந்து முடிந்தது. கண்மணியின் கவலை என்னவென்றால் எப்போதும் தனது பெற்றோர்கள் தன்னை ஏற்றுக் கொள்ளவில்லை என்பதே.

மாலை நேரம் ஆனது கண்மணி தொலைக்காட்சியில் செய்திகள் பார்த்துக் கொண்டிருந்தாள். அதே நேரத்தில் கண்மணியின் தொலைபேசி ஒலித்தது. யாரோ ஒருவர் குழந்தைக்கு என்ன பெயர் வைத்துள்ளீர்கள் என்று கேட்டார். வேலன் என பெயர் வைத்துள்ளோம் என்று கண்மணி கூறினாள். சரிடி நான் கொஞ்ச நேரம் கழிச்சு கூப்பிடறேன் என சொல்லிவிட்டு போனை அணைத்து விட்டால் கண்மணி. தொடர்ந்து செய்திகளை பார்த்தாள். செய்தியில் அடுத்த கல்வியாண்டு

முதல் ஆசிரியர் பயிற்சி படிப்பு இரண்டு ஆண்டு காலமாக மாற்றப்பட உள்ளதாக செய்தி ஒளிபரப்பானது. இதனை கண்ட கண்மணி உடனே தான் எப்படியாவது இந்த வருடமே ஆசிரியர் பயிற்சி படிப்பில் சேர்ந்து விட வேண்டும் என எண்ணினாள். ராஜுவிடம் இந்த விஷயத்தை தெரிவித்தாள் ராஜுவும் சரி என ஒப்புக் கொண்டான்.

பின்னர் இரண்டு மூன்று நாட்கள் விசாரித்து திண்டுக்கல் மாவட்டம் வத்தலகுண்டில் உள்ள ஒரு கல்வியியல் கல்லூரியில் ஆசிரியர் பயிற்சி படிப்புக்கான இடம் கிடைத்தது. கண்மணி கல்லூரிக்கு செல்லும் நேரத்தில் கண்மணியின் மாமியார் காத்தாயி வேலனை பார்த்துக் கொள்வார். வேலன் பச்சை குழந்தை ஆகையால் கண்மணி கல்லூரி முடிந்தவுடன் விரைவாக வீட்டிற்க்கு வந்து விடுவாள்.

அப்படியே ஒரு வருஷம் சென்றது. வேலனும் சற்று வளர்ந்து விட்டான். கண்மணியும் ஆசிரியர் பயிற்சிப் படிப்பை முடித்து விட்டாள்.தற்போது கண்மணி பி.ஏ.,பி.எட்., ஆகிவிட்டாள்.

8

பழனி மலை

கடந்த அத்தியாயத்தில் நாம் வேலன் பிறந்து ஒரு வருடம் ஆகிவிட்டது என பார்த்தோம். ராஜு முருகப்பெருமானிடம் தன் மகன் நன்றாக பிறந்துவிட்டால், பழனி மலைக்கு வந்து முருகனை தரிசிப்பதாக வேண்டிக்கொண்டான் அல்லவா?அதற்காக ஒரு வருட காலமாக வேலனின் முடியை நேர்ந்து விட்டிருந்தார்கள்.

கண்மணி ஒரு தனியார் பள்ளிக்கு ஆசிரியர் பணிக்கு செல்கிறாள். ஆகையால் அவளுக்கு விடுமுறை கிடைக்கும் நாளில்தான் பழனி மலைக்கு போகலாம் என திட்டமிட்டிருந்தனர். ஒருவழியாக கண்மணிக்கு தைப்பூசத்தை ஒட்டி அவளுக்கு விடுமுறை கிடைத்தது. தைப்பூசத்தன்று பழனி மலைக்கு போகலாம் என முடிவு செய்தனர்.

தைப்பூசத்திற்கு முந்தைய நாள் ராஜு அவனது அக்கா ஜெயந்தியையும் மாப்பிள்ளை சூர்யாவையும் வரச்சொன்னான். அன்று இரவு அவர்களும் சின்னாளப்பட்டி வந்துவிட்டனர். கிட்டுவிடம் காருக்கு சொல்லிவிட்டான். பின்னர் ராணி அக்கா வீட்டிற்கு சென்றான் ராஜு. ராஜு வை உள்ளே கூப்பிட்டால் ராணி. அக்கா மாமா இருக்காரா? என்று கேட்டான் ராஜு. இல்லடா மாமா வர இரண்டு நாள் ஆகும் என்று பதிலளித்தால் ராணி. ஏன்டா என்ன விஷயம் மாமாவை கேக்கறே என்று கேட்டாள் ராணி.

வேலனுக்கு நாளைக்கு பழனி மலைக்கு போய் மொட்டை அடிக்கிறோம் அதுதான் சொல்லிட்டு உங்களையும் கூட்டிட்டு போகலாம் என்று வந்தேன் என்றான் ராஜு. அதே நேரத்தில் ராணியின் மகள் ரேகா

இந்தாங்க மாமா காபி என்று ஒரு கப்பில் காபி கொடுத்தாள். ராஜு ராஜு நான் மாமா கிட்ட போன் போட்டு கேட்கிறேன் என சொல்லிட்டு போனை எடுத்துக்கொண்டு மொட்டைமாடிக்கு சென்றால் ராணி. பின்னர் சிறிது நேரம் கழித்து ராணி கீழே வந்தான் ராஜு மாமா என்னையும் பாபாவின் போக சொல்லிட்டாரு டா என்றாள் ராணி. மிக்க மகிழ்ச்சி என்றான் ராஜு.

எத்தனை மணிக்கு எப்படி போறோம் என ராணி கேட்டாள். நாளைக்கு காலைல ஆறு மணிக்கு கிட்டு கூட கார்ல கிளம்புறோம். அதனால சீக்கிரமா வந்துருக்கா என்றான் ராஜு. ஆம் சரிடா வந்தர்ரோம் என கூறினாள் ராணி.

தைப்பூசத்தன்று அதிகாலையில் எழுந்து அனைவரும் குளித்துவிட்டு, புதிய ஆடைகளை அணிந்து ,நகை நட்டுகளை மாற்றிக் கொண்டு காரில் ஏறி அமர்ந்தனர் .காரின் நான்கு சக்கரங்களிலும் எலுமிச்சையை வைத்து விட்டு, காரில் முன்னால் சூடம் பற்ற வைத்து, சூரத் தேங்காய் உடைத்து ,காரில் ஏறி மெல்ல நகர்த்தினான் காரின் நான்கு சக்கரங்களும் எலுமிச்சை பழத்தின் மேல் ஏறியதால் பழங்கள் நன்கு ஜூஸ் போட்டபடி நசுங்கி போய்விட்டன. பின்னர் காரானது சின்னாளப்பட்டியில் இருந்து பழனி அருள்மிகு தண்டாயுதபாணி சுவாமி திருக்கோவில் ஐ நோக்கி புறப்பட்டது. அனைவரும் காரின் உள்ளே இருந்துகொண்டு அரோகரா! அரோகரா! கோஷம் போட்டனர். அவர்கள் என்ன சொல்கிறார்கள் என புரியாமல் வேலன் வெளியில் வேடிக்கை பார்த்துக் கொண்டிருந்தான்.

என்னதான் இவர்கள் அனைவரும் திண்டுக்கல் மாவட்டமாக இருந்தாலும், திண்டுக்கல்லுக்கு வடக்கே அதிகளவு அவர்கள் சென்றது கிடையாது. இவர்களுக்கு மதுரையும் பக்கம் என்பதால் அடிக்கடி மதுரைக்கு தான் செல்வார்கள். ராஜு மற்றும் நமது கார் டிரைவரான கிட்டு தவிர வேறு யாரும் இதற்கு முன் பழனி மலைக்கு சென்றது கிடையாது. எனவே அனைவரும் திண்டுக்கல் தாண்டும் வரையில் அமைதியாக வந்தார்கள்.

திண்டுக்கல் நகரத்தினை தாண்டிய அடுத்த கணமே ராணியின் மகள் அம்மா இது என்ன இடம் ?அது ஏன் அப்படி இருக்கு? அங்க என்ன பன்றாங்க ?என கேள்வியாக கேட்டு தள்ளினாள். ராணி ஒவ்வொன்றிற்கும் மெதுவாக பதில் கூறினார். திண்டுக்கல் மாவட்டம் என்-

றாலே நம் எல்லோருக்கும் நினைவில் வருவது திண்டுக்கல் பூட்டு தான். அதற்கு ஏற்றார்போல் சாலை ஓரங்களில் பலவிதமான பூட்டுகளை வியாபாரிகள் விற்பனைக்காக வைத்திருந்தார்கள். ஒரு இன்ச் அளவு பூட்டு முதல் ஒரு பெரிய அளவிலான பூட்டு வரையில் பூட்டுகள் வியா-பாரத்திற்காக வைக்கப்பட்டிருந்தன. சாலையோரங்களில் இருந்த வயல்-வெளிகள் மற்றும் மாந்தோப்புகள் மற்றும் மேலும் சாலையில் வரும் வாகனங்கள் ஆகியவற்றை வேடிக்கை பார்த்துக்கொண்டே சென்றார்கள்.

ஒரு இடம் வந்தவுடனே இராஜீ காரை நிறுத்தச் சொன்னான். பின்-னர் காரில் இருந்து இறங்கி எங்கேயோ போனான். எங்கே போகி-றான் என்று பார்த்தோமானால் ஒரு பனை மரத்தடியில் ஏதோ விற்றுக் கொண்டிருந்தார்கள். அதை ஒரு பாட்டிலில் வாங்கிக்கொண்டு வந்தான்.

என்னங்க இது என்ன என கண்மணி கேட்டாள். பதனி! பதனி! என்றான் ராஜு. இது எதுக்குடா இப்ப என்றால் ராணி .அதை அப்பு-றமா சொல்றேன் இப்ப காரை எடு போலாம் என்றான் ராஜு.

கார் ஆனது தற்போது ஒட்டன்சத்திரம் நகர் பகுதிக்குள் சென்றது. இந்த காரில் வரும் இருவரை தவிர அனைவரும் ஒட்டன்சத்திரம் நகரத்தை முதன்முறையாக பார்ப்பதால் சுற்றும் முற்றும் ஆவலாக பார்த்துக் கொண்டு வந்தார்கள் .தமிழகத்தில் கோயம்பேடுக்கு அடுத்-தபடியாக இரண்டாவது மிகப்பெரிய காய்கறி சந்தை ஒட்டன்சத்திரம் சந்தை. அனைவரும் காரில் செல்லும்போது பார்த்தார்கள். பின்னர் அனைவரின் கண்ணிலும் அடிக்கடி பட்டது வெண்ணெய் மற்றும் நெய் கடைகள். ஏன் கிட்டு இங்கு அதிகமாக நெய் கடைகள் இங்கு உள்ளது என ஜெயந்தி கேட்டாள். அக்கா தமிழ்நாட்டிலேயே இங்குதான் அதிக அளவு நெய் அப்புறம் வெண்ணை தயார் பண்றாங்க. இங்க இருந்து கேரளா அப்புறம் கர்நாடகா நிறைய ஊருக்கு இந்த நெய்தான் போகுது என்றான் கிட்டு.

ஒட்டன்சத்திரம் தாண்டி பழனி பிரதான சாலையில் கார் போய்க் கொண்டிருக்கும் போது, ராணியின் மகள் ரேகா, அம்மா அது என்ன? என கேட்டால் அதுவா அது தான் காற்றாலை என்று கூறினால் ராணி. அதில் இருந்து மின்சாரம் தயார் ஆகிறது எனவும் கூறினாள்.திடீ-ரென்று கார் நின்றது. அது என்னவென்று பார்த்தோமானால் முன்னால் ஒரு தண்டவாளத்தில் ரயில் பெட்டி சென்று கொண்டிருந்தது. அதற்காக அனைத்து வாகனங்களையும் சற்று நேரம் நிறுத்தி வைத்திருந்தார்கள்.

ரேகா ரயிலில் செல்பவர்களுக்கு டாடா காட்டிக் கொண்டிருந்தாள்.

திண்டுக்கல் மாவட்டம் அல்போன்சா மாம்பழத்திற்கு பெயர் போனது ஆகையால் காரில் செல்லும்போது மாந்தோப்புகள் அடிக்கடி பார்த்தார்-கள். கார் சென்று கொண்டிருந்தது. அம்மா அது என்னவென்று கேட்-டால் ரேகா. அதுதான் பழனிமலை என்று கூறினான் ராஜீ. அனைவ-ரும் மேலே மலையை சற்று உற்றுப் பார்த்தால் ஒரு வேல் நிற்பதுபோல் தோன்றியது. இன்னும் கொஞ்சம் உற்றுப் பார்த்தனர். அதில் வேலு-டன் ஓம் முருகா என எழுதி இருந்தது. ஆம் அவர்கள் பழனி நகரை அடைந்து விட்டார்கள். ஒரே போக்குவரத்து நெரிசல் ஏனென்-றால் இன்று தைப்பூசம்.

காரை மெல்ல ஒரு இடத்தில் நிறுத்தி விட்டு ,அனைவரும் கீழே இறங்கினர். காத்தாயி வேலனை தூக்கிக்கொண்டாள். மற்றவர்கள் அவர்களது பையை எடுத்துக் கொண்டார்கள் . அடிவாரத்தை நோக்கி நடந்து கொண்டிருந்தார்கள். மக்கள் கூட்டமானது அலைகடலென காணப்பட்டது. சிலர் மொட்டை அடித்துக் கொண்டு முருகப்பெருமானை தரிசனம் செய்து விட்டு வீடு திரும்பிக் கொண்டிருந்தார்கள். மேலும் பலர் பால் குடம் எடுத்தும், காவடி தூக்கிக் கொண்டு மலை ஏறுவதற்காக சென்றார்கள். ஆண்கள் பெண்கள் என அனைவரும் அலகு குத்திக் கொண்டு சென்றார்கள். பழனி மலையின் அடிவாரத்தில் வந்தடைந்தார்-கள். ஒரு பக்கம் பஞ்சாமிர்தம் மணம் வீச மற்றொரு பக்கம் திருநீறு மணம் என மனதை மயக்கி கொண்டிருந்தது. குதிரை வண்டியில் மக்கள் ஏறி சென்று கொண்டிருந்தார்கள். பூ கடைக்காரர்கள் பூக்கள் வாங்கிக் கொள்ளுமாறு கூறினார். சூடம் சாம்பிராணி பத்தி ஆகியவை இவருக்-கும் பெண்கள் வாங்கிக் கொள்ளுமாறு கூறினார்கள். பழனி அடிவாரம் ஜே ஜே என்று இருந்தது.

வேலனுக்கு மொட்டை அடிப்பதற்காக சென்றார்கள். வேலனை சூர்-யாவின் மடியில் உட்காரவைத்து மொட்டை அடித்தார்கள். பின்னர் ராஜூ மொட்டை அடித்துக் கொண்டான். கண்மணி பூமுடி எடுத்துக் கொண்டால். பின்னர் பக்தர்களுக்கான குளியலறைக்கு சென்று அனை-வரும் குளித்துவிட்டு வெளியில் வந்தனர். வேலனின் மொட்டை தலை-யிலும், ராஜீவின் மொட்டை தலையிலும் சந்தனத்தை நன்றாக குழைத்து தடவினார்கள். ராஜுுக்கு தலை சில்லென்று இருந்தது. தனது பொக்கை வாயால் சிரித்தான் வேலன். தாங்கள் வாங்கி வந்த புதிய ஆடையை

வேலனுக்கு போட்டுவிட்டான் சூரியா. ராணி வேலனிடம் ஆயிரம் ரூபாயை அவனது சட்டைப்பையில் செருகினாள்.

அனைவரும் முருகனை தரிசிப்பதற்காக மலை மீது ஏற ஆரம்பித்தார்கள். மெல்ல மெல்ல ஏறினார்கள். ஏங்க ஏன் மலையாளத்துல எழுதி இருக்குது? என கண்மணி கேட்டால். இங்க இருந்து கேரளா பக்கம் தானே, அதனால நிறைய கேரள மக்கள் இங்கு வருவாங்க அதனால மலையாளத்தில் எழுதி இருக்காங்க. அங்க பாரு கேரள குடும்பம் ஒன்னு வருது பார்த்தியா என சுட்டிக்காட்டினான். கேரள மக்களும் இங்கு வருவார்களா ? என கண்மணி எண்ணிக்கொண்டாள்.

கிட்டத்தட்ட பாதி மலை ஏறி விட்டார்கள். அங்கு இருந்து பழனி நகரமானது அழகாக காட்சியளித்தது. அனைவரும் அதனை பார்த்தனர். அங்கிருந்து பார்க்கையில் பழனி ரயில் நிலையம் தெளிவாக இருந்தது. சற்று இளைப்பாறிவிட்டு மேலே ஏறத் தொடங்கினார்கள். நடந்தனர் தற்போது உச்சியை அடைந்து விட்டனர். ஓம் முருகா எனும் பெயர் பலகை அவர்கள் கண்ணில் பட்டது.

மக்கள் கூட்டமானது முருகனை தரிசிப்பதற்காக அலைமோதிக் கொண்டிருந்தது. நீண்ட வரிசை காத்துக் கொண்டிருந்தது. அந்த வரிசையில் வந்து நமது கதைமாந்தர்கள் வரிசையானது எறும்பு ஊர்வது போல மெதுவாக ஊர்ந்து கொண்டு முன்னே நகர்ந்து கொண்டு சென்றது .செல்லும் வழியில் சுவற்றில் நிறைய தெய்வங்களின் ஓவியங்கள் வரையப்பட்டிருந்தன .அதை எல்லோரும் பார்த்து கொண்டே சென்றார்கள்.

அவர்கள் நிற்கும் இடத்தின் வலபக்க சுவற்றில் பழனி மலையில் வாழ்ந்த சித்தர்களின் வரலாறு அவர்களின் ஓவியங்களுடன் சேர்த்து வரையப்பட்டிருந்தன. பின்னர் முருகப்பெருமானின் வரலாறு ஓவியம் வரையப் பட்டிருந்தது. அதையெல்லாம் ரேகா பார்த்துக்கொண்டே வந்தாள். அம்மா , ஏன் முருகன் சட்டை இல்லாமல் இருக்காரு? என ரேகா கேட்டாள். அதுவா ஒருநாள் முருகனுக்கும் அவருடைய அண்ணன் விநாயகருக்கும் அவங்க அப்பா அம்மா சிவன்-பார்வதி இந்த உலகத்தை யார் முதலில் சுற்றி வருகிறார்களோ அவர்களுக்கு ஞானப்பழம் கொடுப்போம் என்று கூறினார்கள். இந்த போட்டியில் நமது விநாயகர் தாய் தந்தையர் தான் எனது உலகம் என தனது பெற்றோரை சுற்றி வந்து ஞானப்பழத்தை பெற்றுக்கொண்டார். ஆனால் முருகப் பெருமான் தனது வாகனமான மயிலின் மீது ஏறி இந்த உலகத்தையே சுற்றி

வந்து பார்த்தாராம். தான் உலகத்தை சுற்றி வந்தேன் அதனால் எனக்கு அந்த ஞானப்பழம் வேண்டும் என கூறினார். ஆனால் அந்த ஞானப்-பழம் அவருக்கு கொடுக்கப்பட வில்லை. அதனால் அவர் கோபித்துக் கொண்டு இங்கு வந்து ஆண்டியாக பழனி மலையில் உட்கார்ந்துகொண்-டார். இதுவே முருகப்பெருமானின் கதை என கூறி முடித்தாள் ராணி.

ஒன்றரை மணி நேரம் கழித்து நீண்ட வரிசையில் காத்திருந்து பழனி அருள்மிகு தண்டாயுதபாணி கடவுளின் தரிசனம் அவருகளுக்கு கிடைத்தது.முருகப் பெருமான் ராஜ வேடத்தில் பக்தர்களுக்கு அருள் வழங்கினார். அரோகரா! அரோகரா! என முருகனை மனம் உருக வேண்டினர். உண்டியலில் சிலர் காசுகள் போட்டார்கள், சில பொருட்-களை போட்டார்கள். வேலனின் நெற்றியில் திருநீறு பூசி விட்டார் குருக்கள். காத்தாயி வேலனை முருகப் பெருமானிடம் தூக்கி காட்-டினாள். முருகப்பெருமான் தனது கடைக்கண் பார்வையால் வேலனை பார்த்தார்.

அனைவரும் வெளியில் வந்து கோயிலை சுற்றி பார்த்தனர். புகைப்-படங்கள் எடுத்துக்கொண்டனர். கோவிலில் அன்னதானம் நடைபெற்றது அனைவரும் அங்கே சென்று அன்னதானம் சாப்பிட்டனர். மதியம் 3 மணிக்கு மேல் ஆனது. மலையிலிருந்து கீழே இறங்கி வந்தனர். அனைவரும் தங்களுக்கு தேவையான அல்வா, பஞ்சாமிர்தம், கல்கண்டு ,கைக்கு கட்டக்கூடிய கயிறு, முருகன் படங்கள் , முருகன் படம் பொறித்த சங்கிலிகள் , நேந்திரங்காய் சிப்ஸ் ஆகியவற்றை வாங்கிக் கொண்டார்கள்.

அனைவரும் மிகவும் களைப்பாக இருந்தார்கள். காரில் உட்கார்ந்து சற்று ஓய்வு எடுத்து விட்டு காரை சின்னாளப்பட்டி இயக்கினர். அனை-வரும் வீட்டிற்கு வரும் வேளையில் இரவு உணவைச் சாப்பிட்டு விட்டு வந்தனர் .ஆகையால் வீட்டிற்கு வந்த உடனே அனைவரும் களைப்பில் படுத்து உடனே உறங்கி விட்டனர்.

9

கிடா விருந்து

கடந்த அத்தியாயத்தில் நம்முடைய கதைமாந்தர்கள் பழனி மலைக்கு சென்று வந்த களைப்பில் உறங்கி விட்டனர் என பார்த்தோம். அதன் தொடர்ச்சியாக இனி கதையை பார்ப்போம்.

கண்மணி தொடர்ந்து அந்த தனியார் பள்ளிக்கு வேலைக்கு செல்கிறாள். ராஜுவும் தொடர்ந்து வேலைக்கு செல்கிறான். விடுமுறை நாட்களில் எங்காவது வெளியில் செல்வார்கள். வேலனை கொஞ்சிக் குலாவு வார்கள். வேலன் கொஞ்சம் கொஞ்சமாகப் பேச ஆரம்பித்தான். அவனது வாயிலிருந்து வந்த முதல் வார்த்தை அம்மா.அம்மா என்று தனது குழந்தையின் வாயில் இருந்து வந்ததைக் கேட்டு கண்மணி பூரிப்பு அடைந்தாள்.

நாட்கள் ஓடுவதே தெரியவில்லை எந்த அளவிற்கு வேகமாக ஓடுகின்றன என்றால்,நமது வேலனிற்கு தற்போது மூன்று வயது ஆகிறது.இதில் என்ன ஆச்சர்யம் என வாசகர்கள் கேட்கலாம்.ஆச்சரியமானது என்னவென்றால் நமது வேலனுக்கு ஒரு தங்கை பிறந்து விட்டாள்.எனவே இது ஆச்சரியமான செய்தி தானே.கண்மணி மற்றும் ராஜுவும் நம்மிடம் சொல்லாமல் ரகசியமாக இருந்துவிட்டார்கள் பாருங்கள் வாசகர்களே.வேலனின் தங்கைக்கு பெயரும் வைத்து விட்டார்கள்.மணிமேகலை என்பது அவளது பெயர்.பாருங்களேன் சங்க இலக்கியங்களிலிருந்து பெயர் வைக்கிறார்கள். நல்ல தமிழ் பற்றுள்ள குடும்பம்.

கண்மணியும் ராஜ்குமார் நாம் இருவர் நமக்கு இருவர் என இரண்டு குழந்தைகளை பெற்றுக் கொண்டார்கள். தங்களது ராஜ்ஜியத்தில் மிகவும் மகிழ்ச்சியாக வாழ்ந்தனர்.கண்மணிக்கு மட்டும் ஒரு சிறிய கவலை.என்னவென்று வாசகர்கள் யூகித்திருப்பீர்கள்.ஆம் கண்மணியின் பெற்றோர்கள் இன்னும் கண்மணியை ஏற்றுக்கொள்ளவில்லை அதுவே அவளது கவலை.

தற்போது கண்மணியின் பெற்றோர் வீட்டில் என்ன நடக்கிறது என காண்போம்.கண்மணியின் அம்மா வேலன் பிறந்ததிலிருந்தே எப்போது நமது பேரனைப் பார்ப்போம் மற்றும் எப்போதும் அவரிடம் பேசுவோம் என தவித்துக் கொண்டிருந்தாள்.கண்மணியின் அப்பாவிற்கும் பேசுவதற்கு ஆசைதான் ஆனால் அவரது வறட்டு கவுரவம் அவரைப் பேசவிடாமல் தடுத்தது.கண்மணியின் அண்ணனும் வேலன் பிறந்த பொழுதே கோபத்தினை மறைந்துவிட்டான்.தற்போது மணிமேகலையும் பிறந்துவிட்டால் ஆகையால் தவிப்பு மிகவும் அதிகமானது.சிலர் என்னப்பா சின்ராசு,பெண்ணுக்கு வளைகாப்பு தான் பண்ணலை,பையன் பிறந்தான் அப்பவும் பேசல,இப்ப பொண்ணு பிறந்ததுக்கு இப்பவும் பேசாம இருக்க என்னப்பா ஆச்சு உனக்கு?ராஜூ மட்டும் என்ன நமக்கு சளைத்தவனா?அவனும் நம்மள மாதிரி நல்ல குடும்பம் தான்.இவ்வளவு நாள் எல்லாம் பேசாம இருக்க கூடாது பா! போய் பேசுப்பா என்று கூறினார்கள் உறவினர்கள்.

அதே நேரத்தில் கண்மணி என் அம்மா ஆத்திரம் தாங்காமல் கண்மணியின் அப்பாவித் திட்டினாள்.பின்னர் தனது தம்பிக்கு போனைப் போட்டு வீட்டிற்கு வரச்சொன்னார்.என்ன ஆனாலும் இன்று பஞ்சாயத்தை பேசி முடிகிறது என முடிவு செய்து விட்டாள்.கண்மணியின் மாமாவும் வந்தார்.வீட்டின் வாசலில் வண்டியை நிறுத்திவிட்டு வீட்டினுள் வந்தார்.

கண்மணியின் அம்மாவும் அப்பாவும் சத்தமாக பேசிக்கொண்டு இருந்தார்கள்.வெளியில் வண்டி சத்தம் கேட்டவுடன் அமைதியானார்கள்.வா தம்பி உட்காரு, என நாற்காலியை போட்டால் கண்மணியின் அம்மா மாலா.

என்ன மாமா ? உங்களுக்கு என்னதான் பிரச்சனை ?என்று கேட்டார் கண்மணி என் மாமா கணபதி.எனக்கு எந்த பிரச்சினையும் இல்ல என்றார் சின்ராசு.அப்புறம் ஏன் கண்மணி கூட பேசாம இருக்கிங்க? என

கணபதி கேட்டார்.இவ்வளவு நாள் பேசாம எப்படியோ இருந்துட்டீங்க, பரவால்ல இப்ப கண்மணிக்கு இரண்டு பிள்ளைகள் இருக்காங்க.அவங்க பாட்டி, தாத்தானு யாரு வீட்டுக்கு போவாங்க சொல்லுங்க?இதெல்லாம் உங்களுக்கே தெரிய வேண்டாமா என கணபதி கூறினார்.சரி மாப்பிள்ளை இனிமேல் நாங்க பேசுவோம் என கூறினார் சின்னராசு.ஆமா இவரு கிழிச்சா தம்பி நீ போய் கண்மணி வீட்லயும் இதைப்பற்றி பேசு,ஒரு நல்ல நாள் பார்த்து கிடாவெட்டி கண்மணி ஒன்று சேர்த்துக் கொள்ளலாம் என கூறினார் மாலா.சரி அக்கா என்று கூறினார் கணபதி.

ராஜுவின் வீடு பக்கம் தான் ஆகையால் நடந்து சென்றார் கணபதி.அன்று ஞாயிற்று கிழமை ஆகையால் அனைவரும் வீட்டில் இருந்தார்கள்.கணபதி,ராஜு வீட்டின்முன் நெஞ்சு கண்மணி என கூப்பிட்டார்.கண்மணி உள்ளிருந்து வெளியே வந்தாள்.வாங்க மாமா எனக்கூறி கணபதியை வீட்டினுள் அழைத்துச் சென்றால் கண்மணி.

சாப்பிடுங்க மாமா என்றால் கண்மணி.இல்ல கண்மணி இப்பதான் ஒரு கல்யாணத்துக்கு போயிட்டு வந்தேன்,அதெல்லாம் பரவாயில்லை நம்ம வீடுதான் எப்ப வேணும்னாலும் சாப்பிடலாம் என்றார் கணபதி.சரி மாமா காப்பியாவது குடுங்க என காப்பியை கொடுத்தால் கண்மணி.கணபதி காபியை வாங்கி குடித்தார்.

சரி கண்மணி,நான் சுத்தி வளைக்காமல் நேராக விஷயத்துக்கு வர்றேன் என்று கூறினார் கணபதி.உங்க அப்பாவும் அம்மாவும் உன் கூட பேசணும்னு ஆசை படுறாங்க என்று கூறிய உடனே கண்மணி அழத்தொடங்கினாள்.அழுகாத கண்மணி உங்கள சேர்த்து வைக்க தான் நான் வந்து இருக்கேன் என்றார் கணபதி.அவங்க கோபத்துல ஏதாவது தப்பா பேசி இருந்தா மன்னிச்சிடுங்க ராஜு என்றார் கணபதி.அதெல்லாம் நாங்க அப்பவே மறந்துட்டோம் எனக் கூறினான் ராஜு.சரி இனி எல்லாம் நல்லதே.ஒரு நல்ல நாள் பார்த்து கிடாவெட்டி விருந்து வைத்து ஒன்று சேர்ந்து கொள்ளலாம் எனக் கூறினார் கணபதி.சரி மாமா செஞ்சிடலாம் என்றால் கண்மணி.ஆமா நான் இதை கவனிக்கவே இல்லை, எங்க குழந்தைகள் காணோம் என கணபதி கேட்டார்.அவங்க பாட்டி எங்கயோ கூட்டிட்டு போனாங்க என்று கூறினால் கண்மணி.சரிமா நான் வர்றேன்,மத்த விஷயத்தை அப்புறம் பேசிக்கலாம் என கூறிவிட்டு கணபதி கிளம்பினார்.

கண்மணி என் கண்ணில் ஆனந்த கண்ணீர் வடிந்தது.ராஜூ கண்மணி அணைத்துக்கொண்டான்.இவ்வளவு நாள் ஆச்சு இல்ல அவன் என்கிட்ட பேச என்றால் கண்மணி.சரி விடு இனி தான் பேச போறாங்களே என்றான் ராஜூ.குக்கர் விசில் அடித்தது கண்மணி அதை கவனிக்க சென்றாள்.

நான் கதையின் தொடக்கத்திலேயே பார்த்த குன்றின் மேல் உள்ள முருகன் கோவிலில் 2 குடும்பத்தாரும் காணப்பட்டனர்.தமிழ் கடவுள் முருகனை தரிசனம் செய்து விட்டு அனைவரும் நெற்றியில் திருநீறு பூசிக் கொண்டனர்.பின்னர் அங்கிருந்து கிளம்பி வீட்டிற்கு வந்தனர்.என்றைய தினம் கிடாவெட்டு வைக்கலாமென காலண்டரை எடுத்துப் புரட்டிப் பார்த்தார்கள்.வருகின்ற ஞாயிற்றுக்கிழமை நல்ல நாள் அன்று கிடா வெட்டு வைத்துக் கொள்ளலாம் என முடிவு செய்தனர்.

கிடா வீட்டிற்கான ஏற்பாடுகளை செய்யத் தொடங்கினார்.ஒரு வெள்ளாட்டுக் கிடாய் பேரம்பேசி வாங்கினார்கள்.தங்களது உற்றார் உறவினர்களுக்கு அழைப்பு கொடுத்தார்கள்.முனீஸ்வரன் கோவிலில் கிடா வெட்டுவதற்காகமுன் பதிவு செய்தார்கள்.

கிடா வெட்டும் நாளும் வந்தது.காலைப்பொழுதில் கோவிலுக்கு வந்து சாமியானா பந்தல் போட்டார்கள், உணவு பரிமாறும் மேசைகள் நாற்காலிகள், சமைப்பதற்கு தேவையான பாத்திரங்கள், சமையல் பொருட்கள் ஆகியவற்றை இறக்கி வைத்தார்கள்.

நமது கதை மாந்தர்களும் உறவினர்களும் அதிகாலையில் எழுந்து குளித்துவிட்டு புத்தாடைகள் அணிந்து கோவிலுக்கு வந்தார்கள்.முனீஸ்வரன் கோவிலில் அர்ச்சனை செய்தனர்.பின்னர் கிடாவின் கழுத்தில் மாலையைப் போட்டு மஞ்சள் நீர் தெளித்தனர்.கிடா உலுக்கவில்லை.அனைவரும் முனீஸ்வரனை மனமுருக வேண்டிக் கொண்டார்கள்.மீண்டும் மஞ்சள் நீர் தெளித்தார்கள்.கிடா உலுக்கியது.பூசாரி தனது பெரிய அறிவாளி ஓங்கி ஆக்ரோஷத்துடன் ஒரே வெட்டாக வெட்டி வீழ்த்தினார்.கிடாவின் தலையானது கீழே விழுந்தது.முண்டம் தள்ளாடி கீழே விழுந்தது.ரத்தம் பீறிட்டு அடித்தது.சிறிது நேரம் கழித்து கிடாவை அறிவதற்காக தூக்கி சென்றார்கள்.கிடாவை மரத்தில் கட்டி தொங்க விட்டு தோலை உரித்தார்கள்.கிடாவை கீழே இறக்கி கறி குழம்பு வைப்பதற்கு ஏற்ற அளவில் சிறு சிறு துண்டுகளாக நறுக்கினர்.அதேவேளையில் நாட்டுக் கோழிகளையும் வெட்டிக் கொண்டிருந்தார்கள்.

பெண்கள் சமையலுக்கு தேவையான உதவிகளை செய்துகொண்டிருந்தார்கள்.சமையல் வேலையை செய்வது யார் என்று உற்றுப் பார்த்தால் நமது கிட்டு.இரண்டு பெரிய அண்டாக்களில் சோறு வெந்து கொண்டிருந்தது.மற்றொரு பக்கம் இன்னும் இரண்டு பெரிய அண்டாக்களில் ஆட்டுக்கறி, கோழிக்கறி வந்துகொண்டிருந்தது.

முதலில் கிடா கறியை சமைப்பதற்காக கிட்டு,அடுப்பை பற்ற வைத்து உண்டான வைத்து சமையல் எண்ணெய்யை ஊற்றினான்.எண்ணெய் காய்ந்தவுடன் மற்றவர்களை போட்டு நன்றாகக் கிண்டினான்.பட்டை இஞ்சி பூண்டு கிராம்பு போன்றவற்றை போட்டு கிண்ட ஆரம்பித்தான்.மணம் வீசத் தொடங்கியது.பின்னர் கிடா கறியைக் கொட்டி மசாலாவுடன் சேர்த்து கிண்டினான்.ஆஹா என்ன மனம் கிடா கறியின் வாசம் அனைவரின் மூக்கைத் துளைத்தது.சூர்யாவும் என்ன கிட்டு மாமா எல்லாம் ரெடி ஆயிடுச்சா? எனக்கேட்டான்.கொஞ்ச நேரம் சூர்யா எல்லாம் ரெடி ஆகிடும் என்று கூறினார் கிட்டு.தயிர் பச்சடி மற்றும் மோர், தயிர் ரசம் ஆகியவைகள் செய்தவர்கள்.பின்னர் கிடாவின் குடல் வறுவல் மற்றும் தலைக்கறி தனியாக தயார் செய்யப்பட்டது.

சமையல் வேலை அனைத்தும் முடிந்தது.பின்னர் முனீஸ்வர பகவானுக்கு படையல் போட்டனர்.பூசாரி படைத்துவிட்டு அனைவருக்கும் திருநீறு கொடுத்தார்.அப்போது திடீரென அருள் வந்து அவர் அழுதார், பின்னர் சுவாமி மலை ஏறியது.

பின்னர் மேசைகளை போட்டு, அனைவருக்கும் தலைவாழை இலையை போட்டு, உணவு பரிமாறினார்கள்.கிடாக் கறி சாப்பிடுபவர்களுக்கு கிடாக் கறியும் கோழிகறி சாப்பிடுபவர்களுக்கு கோழிக்கறியும் வைத்தனர்.பின்னர்பின்னர் தயிர் மற்றும் மோர் ஆகியவை ஊற்றினார்கள்.

கிடா விருந்துக்கு வந்த நமது உறவினர்களில் சிலர் போதை போட்டு விட்டு, ஆட்டம் போட்டுக் கொண்டு இருந்தார்கள்.சிலர் சரக்கு பாட்டில்களை தங்களது மேல் சட்டை பாக்கெட்டில் வைத்துக் கொண்டிருந்தார்கள்.சில ஆண் மகன்கள் தங்களது மனைவிமார்களுக்கு பயந்துகொண்டு புதருக்குள் சென்று குளித்தார்கள்.அதை ஒருவரின் மனைவி கண்டுபிடித்து அனைத்து மாணவிகளுக்கும் சொல்லிவிட்டார்.பின்னர் அங்கே பெரிய ரகளை நடந்தது.

காத்தாயி நமது வேலனுக்கு கறி சோறு ஊட்டிக் கொண்டிருந்தாள்.மணிமேகலையை கண்மணி வைத்திருந்தாள்.ராஜு விருந்தினர்களை உபசரித்து கொண்டிருந்தான்.சின்ராசு உணவு பரிமாறிக் கொண்டிருந்தார்.மாலா தமது உறவினர்களுடன் பேசிக்கொண்டிருந்தாள்.சூர்யா முதல் பந்தியில் உட்கார்ந்து கிடா கறியைஒரு பிடி பிடித்து விட்டான். கிட்டு விடம் சென்று ,மாமா சமையல் மிகவும் அருமை எனக் கூறினான் சூர்யா.

அனைவரும் உணவருந்தி முடித்தனர்.கண்மணி மிகவும் மகிழ்ச்சியாக காணப்பட்டார்.உறவினர்கள் அனைவரும் வெற்றிலை பாக்கு போட்டனர்,ராஜு விருந்து மிகவும் அருமையாக இருந்தது என உறவினர்கள் கூறினார்கள்.என்ன கண்மணி இப்போ எப்படி இருக்கு என்று கேட்டாள் ராணி அக்கா.கண்மணி புன்முறுவல் கொண்டாள்.வேலன் அங்கும் இங்கும் ஓடிக்கொண்டு இருந்தான்.

இவையெல்லாம் நடந்து கொண்டிருக்கும்போதே நேரம் சரியாக மூன்று மணி ஆகிவிட்டது.உறவினர்கள் ஒவ்வொருவராக கிளம்பினார்கள்.விருந்திற்கு சம்மதித்த உணவானது மிச்சம் இல்லாமல் காலியாக இருந்தது.சாமான்களை கழுவி வண்டியில் ஏற்றிக் கொண்டிருந்தார்கள்.

அதேவேளையில் கண்மணி யாருக்கோ போனைப் போட்டு பேசிக் கொண்டிருந்தாள்.என்ன பேசுகிறாள் என கேட்போம் வாருங்கள்.ஏய், ஏண்டி வரல?உனக்கு அப்படி என்ன தலைக்கு மேலே வேலை?அப்படி என்ன வெங்காய வேலையோ?நாங்கள் எல்லாம் உனக்கு தேவை இல்லையா?எத்தனை நாளைக்கு இப்படியே இருப்பேன்னு பாக்கலாம்?இருடி என்றால் கண்மணி.ஏய் போடி இவளே!நான் அடுத்த மாசம் வரேன் டி எனக்கூறியது அந்த மர்ம குரல்.ஆம் நல்ல வந்து கிழிச்ச ! என்று சொன்னால் கண்மணி.வாதம் நீண்டுகொண்டே சென்றது.

யார் அந்த மர்ம நபர்?

10

ஸ்ரீவள்ளி

கடந்த அத்தியாயத்தில் கண்மணி யாருடனோ செல்போனில் பேசிக் கொண்டிருந்தால் என பார்த்தோம். அடிக்கடி கண்மணி இடம் பேசும் அந்த மர்ம குரலுக்கு சொந்தக்காரர் யார்?

சந்தேகமே வேண்டாம் அந்த குரலுக்கு சொந்தக்காரர் நமது கண்மணியின் சகோதரி ஸ்ரீவள்ளி தான். ஆம் கண்மணி ராஜூவினை காதலிக்கும் காலகட்டத்தில் இருந்தே அனைத்து விஷயமும் அறிந்தவள் நமது ஸ்ரீ வள்ளி. தனது அக்காவிடம் எந்த விஷயத்தையும் மறைக்க மாட்டாள் கண்மணி. கண்மணி, ராஜூவை காதலிக்கும் விஷயத்தை முதலில் ஸ்ரீவள்ளி இடம்தான் சொன்னாள். அனைவரும் ஒரே ஊர் தான் என்பதால் ராஜூவை பற்றி ஸ்ரீவள்ளி நன்கு அறிவாள், அதனால் கண்மணியின் காதலுக்கு ஸ்ரீவள்ளி தடையேதும் விதிக்கவில்லை.

நாம் கடந்த அத்தியாயங்களில் பார்த்தோம் அல்லவா? கண்மணியின் கல்யாணத்தின் பொழுதும், வளைகாப்பு விழா காணும் பொழுதும், வேலன் பிறந்த பொழுதும், கிடா வெட்டின் பொழுதும் தொலைபேசியில் பேசியது நமது ஸ்ரீ வள்ளி தான். அவனல் ஏன் மேற்கண்ட எந்த விசேஷங்களுக்கும் வர முடியவில்லை என்றால், நாம் ஆரம்ப அத்தியாயத்திலேயே பார்த்தோம் ஸ்ரீ வள்ளி திருமணம் ஆகி கேரள மாநிலம் திருவனந்தபுரத்தில் வசித்து வருகிறார் என்று. திண்டுக்கல் மாவட்டம் சின்னாளப்பட்டி க்கு, கேரளாவின் திருவனந்தபுரத்தில் இருந்து வருவது என்றால் சாதாரண விஷயமா? எவ்வளவு தூரம்? அவளுக்கும் இரண்டு ஆண் பிள்ளைகள், அவர்கள் பள்ளிக்குச் செல்கிறார்கள். ஸ்ரீ-

வள்ளி என் கணவர் கார் விற்பனையகத்தில் வேலை செய்கிறார். ஸ்ரி-வல்லி தனியாக இவ்வளவு தூரம் வருவது இயலாத காரியம். ஆகை-யால் அவள் வரவில்லை.

கண்மணியும் ஸ்ரீ வலியும் குழந்தை பருவத்தில் இருந்தே ஒருவரை ஒருவர் இணைபிரியாதவர்கள். எப்பொழுதும் ஒற்றுமையாகவே இருப்-பார்கள். பள்ளிக்கு செல்லும் பொழுது ஸ்ரீ வள்ளி சைக்கிளை ஓட்டிச் செல்வார் கண்மணி சைக்கிளின் பின்னாடி உட்கார்ந்து கொண்டு வேடிக்கை பார்த்து செல்வாள். பள்ளி முடிந்து வீட்டிற்கு திரும்பும் போது பொரி உருண்டை மற்றும் குச்சி ஐஸ் வாங்கி சாப்பிட்டுக் கொண்டே வருவார்கள். விடுமுறை நாட்களில் ஏரிக்கு அப்பாவுடன் மீன்பிடிக்க செல்வார்கள். அப்போது ஸ்ரீ வள்ளியின் தூண்டிலில் நிறைய மீன் மாட்-டும் ஆனால் கண்மணியின் தூண்டிலில் ஓரிரண்டு மீன்கள் மட்டுமே மட்டும். இதைப்பார்த்து கண்மணி கோபம் கொள்வாள். ஸ்ரீ வள்ளியோ சிரிப்பாள். தீபாவளி மற்றும் பொங்கல் விழா வந்துவிட்டால் போதும் யார் முதலில் புதிய ஆடைகளை வாங்குவது என சண்டை போட்டுக்-கொள்வார்கள். சகோதரிகள் என்றால் சண்டையில்லாமல் எப்படி இருக்-கும். உங்க வீட்டு அடி, எங்க வீட்டு அடி என்றெல்லாம் கிடையாது. இருவரும் தர்ம அடி அடித்துக் கொள்வார்கள். இருவரின் சடையையும் பிடித்து இழுத்துக் கொள்வார்கள். இவர்களின் சண்டையை கண்டதும் மாலா இருவரையும் துரத்தித் துரத்தி அடிப்பார். இவர்களின் சண்டை-யில் அவர்களது சகோதரனையும் கோர்த்து விட்டு விடுவார்கள். அவன் எந்த தப்பும் செய்யாமல் அடி வாங்குவான். இதுவே இந்து இரண்டு சகோதரிகளின் வாடிக்கையான செயல்.

இப்படியே அவர்களது குழந்தைப் பருவம் நன்றாக சென்றது. ஸ்ரீ-வள்ளி கல்லூரிக் எல்லாம் செஞ்ச பெரிய பட்டப் படிப்பெல்லாம் படிக்க-வில்லை. பன்னிரண்டாம் வகுப்பு வரை படித்தாள். இரண்டு ஆண்டுகள் வீட்டில் இருந்தாள். பின்னர் அவளுக்கு திருமணம் ஏற்பாடு செய்யப்-பட்டது . மாப்பிள்ளை திண்டுக்கல் மாவட்டம் தான். ஆனால் அவர்-கள் தற்போது கேரள மாநிலம் திருவனந்தபுரத்தில் குடியேறி விட்டார்-கள். ஆனால் அவரோ கல்யாணம் செய்தால் தமிழ் நாட்டுப் பெண்ணை நான் கல்யாணம் செய்வேன் என கூறிவிட்டார். பின்னர் சில உறவி-னர்களின் வாயிலாக ஸ்ரீவள்ளி நிச்சயிக்கப்பட்டாள். திருமணமும் நல்ல முறையில் நடந்தது. திருமணமாகி 3 மாதங்கள் வரை தமிழ்நாட்டில் ஸ்ரீ-

வள்ளி அவரது கணவரும் இருந்தார்கள். பின்னர் கேரளாவிற்கு சென்று விட்டார்கள். ஸ்ரீவள்ளி கேரளா சென்ற புதிதில் மக்கள் பேசுவது எதுவும் புரியவில்லை. நாட்கள் செல்லச் செல்ல ஸ்ரீ வலியும் அப்படியே அவர்களிடமிருந்து மலையாளம் கற்றுக் கொண்டாள். ஸ்ரீ வள்ளிக்கு இரண்டு ஆண்பிள்ளைகள் பிறந்தனர்.

நீண்ட நாள் கழித்து ஸ்ரீவள்ளி தனது பிள்ளைகளின் கோடை விடுமுறைக்காக சின்னாளப்பட்டி வருவதாக கண்மணியிடம் கூறினாள். நீ முதல்ல வாடி அப்புறம் பார்த்துக்கலாம் என்று கூறினால் கண்மணி.

ஸ்ரீ வள்ளியின் பிள்ளைகளுக்கு கோடை விடுமுறை விட்டனர். வரும் வெள்ளிக்கிழமை காலையில் திருவனந்தபுரத்தில் இருந்து மதுரைக்கு ரயிலில் செல்லலாம் என முடிவு செய்தனர். வெள்ளிக் கிழமையும் வந்தது. காலை 6 மணிக்கு திருவனந்தபுரத்தில் ரயிலில் ஏறி னார்கள். வரும் வழி எல்லாம் நமது ஸ்ரீ வள்ளியின் மகன்கள் வெளியில் வேடிக்கை பார்த்துக் கொண்டே வந்தார்கள். அம்மா எனக்கு பிஸ்கட் வேணும் என கேட்டான் ஸ்ரீ வள்ளியின் இளையமகன் நிவின். ஸ்ரீவள்ளி பிஸ்கட்டை எடுத்துக் கொடுத்தாள். அம்மா எனக்கு சாக்லேட் வேணும் என கேட்டான் மூத்தமகன் நித்திஷ். சாக்லேட்டை வாங்கி சாப்பிட்டு விட்டு கடுதாசி ஜன்னல் வழியாக வெளியில் தூக்கி போட்டான். டேய் குப்பையெல்லாம் வெளியில் போகக்கூடாது டா! அடி வாங்குவ என்றால் ஸ்ரீ வள்ளி.

காலை 11 மணியளவில் மதுரை ரயில் நிலையம் வந்து அடைந்தார்கள். மதுரை மாட்டுத்தாவணி பேருந்து நிலையம் வந்து திண்டுக்கல் செல்லும் பேருந்தில் ஏறினார்கள். பன்னிரண்டு நாற்பத்தி ஐந்து மணியளவில் சின்னாளப்பட்டி பேருந்து நிலையம் வந்தடைந்தார். ராஜு தனது வண்டியை எடுத்துக்கொண்டு தனது மாமனார் வீட்டிற்கு சென்று அவரையும் அவரது வண்டியையும் எடுத்துக்கொண்டு பேருந்து நிலையத்திற்கு வருமாறு கூறிவிட்டு சென்றான். சின்ராசு தனது வண்டியை எடுத்துக்கொண்டு பேருந்து நிலையத்திற்கு வந்தார். ராஜு இரண்டு பையன்களையும் மற்றும் அவர்கள் கொண்டு வந்த பைகளையும் ஏற்றிக்கொண்டு வீட்டிற்கு வந்தான். நித்தியும் நவீனும் வீட்டிற்கு வந்த உடனே சித்தி என கத்திக் கொண்டு கண்மணி இடம் சென்றார்கள். கண்மணி இருவரையும் அணைத்துக் கொண்டாள். பின்னர் ஸ்ரீவள்ளி வந்தாள். வாடி வா! இப்பதன் உனக்கு நம்ம ஊருக்கு வழி தெரிஞ்சுதா?

ஆமா இப்ப தான் வழி தெரிஞ்சது அதுக்கு என்ன இப்ப? என்று கேலி செய்தால் ஸ்ரீ வள்ளி.

ஓஹோ அப்படி வரிங்களா மேடம்!

எப்படி?

ம்ம் நொப்படி! என்று கேலி செய்தால் கண்மணி.

கண்மணி அவர்களுக்காக உணவு தயார் செய்து வைத்திருந்தாள். அனைவரும் மதிய உணவு சாப்பிட்டனர். பின்னர் அவர்கள் நெடுந்தூரம் பயணம் செய்து வந்த களைப்பில் இருந்தார்கள். ஆகையால் அவர்களுக்கு படுப்பதற்கு கட்டில், பாய், தலகாணி எல்லாம் கொடுத்தால் கண்மணி. அவர்கள் அசதியில் தூங்கி விட்டார்கள்.

ஆஹா என்ன ஒரு மணம்! அப்பப்பா! நெய் வாசனை ஆளைத் தூக்கியது எனக் கூறிக்கொண்டே ஸ்ரீவள்ளி படுக்கையிலிருந்து எழுந்தாள். மாலை 6 மணி ஆனபோது தான் ஸ்ரீவள்ளி எழுந்தாள். ஏய் பிள்ளைங்கள எழுப்பி சாப்பிட்டுவிட்டு தூங்கட்டும் என்று கூறினால் கண்மணி. ராஜு கடைக்கு சென்று தின்பண்டங்கள் வாங்கி வந்தான். அனைவரும் இரவு உணவினை முடித்து விட்டனர். இரண்டு சகோதரிகளும் தங்களது அப்பா வீட்டிற்கு சென்றார்கள். ஸ்ரீ பள்ளியும் அவளது மகன்களும் அங்கேயே உறங்கிவிட்டனர். கண்மணி சிறிது நேரம் பேசிக்கொண்டிருந்துவிட்டு வீட்டிற்கு வந்தாள.

“சஷ்டியை நோக்க சரவன பவன சித்தர் குதவும் செங்கதிர் வேலோன்”

ரேடியோவில் கந்த சஷ்டி கவசம் ஓடிக்கொண்டிருந்தது. ஸ்ரீ பள்ளிக்கு அப்போதுதான் முழிப்பு வந்தது. பின்னர் முகத்தை கழுவிக்கொண்டு காபி போட்டாள். அதே வேளையில் வேலனும், மணிமேகலையும், தாத்தா, பெரியம்மா என கூறிக் கொண்டே ஓடி வந்தார்கள். பின்னர் நான்கு வாண்டுகளும் ஆளுக்கு ஒரு கிலாசில் காபியை குடித்தனர். வேலன், எனக்கு இன்னும் ஒரு காபி வேணும் என்றான். மாலா அவனுக்கு இன்னும் ஒரு காபியை ஊத்தி கொடுத்தாள். வயிறு முட்ட காபியை குடித்து விட்டான் நமது வேலன்.

பிறகு அனைவரும் காலை உணவை முடித்தனர். பேரன் பேத்திகளை கூட்டிக்கொண்டு சின்ராசு ஏரிக்கரைக்கு மீன் பிடிக்கச் சென்றார். அவர்கள் திரும்பி வரும் பொழுது பத்து மீன்களுடன் வந்தனர். அதனை

வாண்டுகள் டப்பாவில் போட்டு எடுத்துக் கொண்டு வந்தனர். மீன்களை கல்லில் தேய்த்து அதன் செதில்களை சுத்தம் செய்தார்கள். செதில் ஐ சுத்தம் செய்து கொண்டிருக்கும் போது மீனின் முள்ளானது வேலனின் கையில் குத்தி விட்டது.ஆ! முள் குத்திவிட்டது, கை வலிக்கிறது என வேலன் கத்தினாள். சிறிது நேரம் அழுதுவிட்டு பின்னர் அமைதியா-னான். பின்னர் அந்த மீன்களை மசாலாவில் நனைத்து தோசைக்கல்-லில் போட்டு புரட்டி எடுத்துக் கொடுத்தால் ஸ்ரீவள்ளி. நமது வாண்டுகள் அனைத்தும் மீனை திங்க தெரியாமல் தின்றனர். ராஜூ அவர்களுக்கு மீனிங் முல்லை எடுத்துக் கொடுத்தான். பின்னர் நன்றாக மீனை சாப்-பிட்டு முடித்தனர் வாண்டுகள். அன்றைய பொழுது அப்படியே கழிந்தது.

அடுத்த நாள் காலையில் அனைவரும் திண்டுக்கல் திரையரங்கிற்கு சென்று படம் பார்த்தனர். பின்னர் ஜவுளி கடைக்கு சென்று புதிய துணி-மணிகள் வாங்கினார்கள். அங்கிருந்து ஒரு உணவு விடுதிக்கு சென்று அனைவருக்கும் அவரவருக்குப் பிடித்த உணவை வாங்கி உண்டனர். திண்டுக்கல்லின் முக்கியமான வீதிகளில் உலா வந்தனர். மாலை நேரத்-தில் வீடு திரும்பினர். சற்று ஓய்வு எடுத்துவிட்டு கண்மணி அரிசிமாவை அண்டாவில் கொட்டினாள். பின்னர் அடுப்பில் பாத்திரத்தை வைத்து வெங்காயம், கறிவேப்பிலை போட்டு வதக்கினாள். அதனுடன் சிறிது முருங்கைக்கீரையும் சேர்த்துக்கண்டால். பின்னர் அதனை அரிசி மாவில் கொட்டினாள். அடுப்பில் குழிபணியார சட்டியை வைத்து அதில் மாவை ஊற்றினாள். அதன் மேல் சிறிது எண்ணெய் விட்டால். குழிப்பணியாரக் என் மணம் அந்தத் தெரு முழுக்க வீசியது. வாண்டுகள் அப்போதுதான் தங்களது தாத்தா வீட்டில் இருந்து வந்தனர். ஒரு தட்டில் குழிப்பணியா-ரத்தை போட்டுக் கொடுத்தால் கண்மணி. வாண்டுகள் என்ன வேகத்தில் சாப்பிட்டார்கள் என தெரியவில்லை சில நொடிகளில் குழிப்பணியாரம் காணாமல் போய்விட்டது.

மறுநாள் காலையில் குன்றின் மேல் உள்ள முருகன் கோவிலுக்கு சென்றார்கள். ஹப்பா! இங்க வந்து எவ்வளவு நாள் ஆகுது என்றால் ஸ்ரீ வள்ளி. இங்கு இருந்து பார்த்தால் நம்ம ஊரு நல்லா தெரியுது என்றால் கண்மணி. வாண்டுகள் முருகன் கோவிலை சுற்றி சுற்றி வந்து விளை-யாடிக் கொண்டிருந்தார்கள். ராஜூ முருகனின் வாகனமான மயிலை பார்த்துக் கொண்டிருந்தான். அனைவரும் குனறின் மீது இருந்து கீழே இறங்கினார்கள். அப்போது ராணி அக்கா தனது தோட்டத்திற்கு செல்வ-

தற்காக அந்த வழியே வந்தாள். ஏய்! ஸ்ரீவள்ளி எப்படி வந்த? இரண்டு நாள் ஆகுது என்றால் ஸ்ரீவள்ளி. சரி நான் தோட்டத்துக்கு போறேன் என் கட வாங்க இளநீர் சாப்பிடலாம் என்று ராணி அனைவரையும் கூட்டிக் கொண்டு சென்றாள்.

ராணியின் தோட்டத்தில் வேலை செய்பவர் தென்னை மரத்தில் ஏறி 8 இளந்தேங்காய் வெட்டி போட்டார். பின்னர் கீழே இறங்கி வந்து தேங்காய் வெட்டி கொடுத்தார். ராஜூ ஒரே மூச்சில் ஒரு இளநீரை குடித்து முடித்தான். மற்றவர்கள் மெல்லமல்ல இளநீரை குடித்தார்கள். என்ன ஸ்ரீவள்ளி ரொம்ப நாள் கழிச்சு ஊருக்கு வந்திருக்க என்ன விசேஷம் என்று கேட்டாள் ராணி. தேசமெல்லாம் எதுவும் இல்ல கா பசங்களுக்கு லீவு அதான் வந்தோம் என்று கூறினால் ஸ்ரீ வள்ளி. அதானே பார்த்தேன் என்றால் ராணி. அதே பள்ளியில் தனது காரில் வந்தான் கிட்டு. அவனுக்கும் ஒரு இளநீரை கொடுத்தார்கள். பின்னர் அனைவரும் அவனுடன் காரில் ஏறி வந்து வீட்டில் இறங்கிக் கொண்டார்கள்.

நிவின் மற்றும் நித்திஷ் இருவருக்கும் கோடை விடுமுறை நன்றாக சென்றது. அவர்கள் பேசுவது நமது வேலனுக்கு புரியவில்லை. ஏனென்றால் அவர்கள் முக்கால்வாசி மலையாளத்தில் பேசுகிறார்கள். இப்படி அவர்களது கோடை விடுமுறை ஆனந்தமாக கழிந்தது. இரண்டு நாட்களுக்குப் பிறகு ஸ்ரீவள்ளி யும் அவரது மகன்களும் ஊருக்கு கிளம்பி சென்றனர்.

11

பறவைகள்

கடந்த அத்தியாயத்தில் இருந்து நாம் பல ஆண்டுகள் முன் நோக்கி செல்கிறோம். எந்த அளவிற்கு முன்நோக்கி செல்கிறோம் என்றால் தற்போதுதான் ஜெயந்தி பிறந்துள்ளார். எவ்வளவு தூரம் முன்னோக்கி சென்று உள்ளோம் என தற்போது வாசகர்களுக்கு விளங்கியிருக்கும் விளங்கியிருக்கும்.

ராஜுவின் அப்பாவின் பெயர் கண்ணப்பன். அம்மாவின் பெயர் காத்தாயி. அவர்களுக்கு ஒரு பாட்டி உள்ளார். அவள் பெயர் முனியம்மாள். அவளுக்கு கண் தெரியாது. கண்ணப்பனும், காத்தாயும் வேலைக்கு சென்று விட்டால் முனியம்மாள் தான் ஜெயந்தியை பார்த்துக் கொள்வாள். முனியம்மாவுக்கு கண் மட்டும் தன் தெரியாதே தவிர மற்றபடி எல்லாம் அத்துப்படி அவளுக்கு. கண்ணப்பனும் , காத்தாயும் மாலையில் வேலைகளை முடித்துவிட்டு வீடு திரும்புவார்கள். இதுதான் அவர்களின் தினசரி செயல்கள்.

அதெல்லாம் சரி இப்போது ஏன் இதைப்பற்றி பார்க்கிறோம்? என வாசகர்களுக்கு சந்தேகம் எழலாம். நல்ல சந்தேகம்தான். வாசகர்களுக்கு முதல் அத்தியாயத்தில் இருந்தே இந்த சந்தேகம் இருக்கும். என்ன சந்தேகம் என்றால் ராஜுவின் தம்பியான பரமேஸ்வரனின் கதை என்னவென்று. மேலும் ஜெயந்தியை பற்றிய கதையும் முழுமையடையாமல் இருக்கும். அவர்களில் கதை என்னவென்று இனி பார்ப்போம். முக்கியமாக பரமேஸ்வரனின் கதை.

ஓர் அழகிய மாலைப் பொழுதில் காத்தாயி விறகு கட்டை தூக்-கிக்கொண்டு விட்டிற்கு வந்து கொண்டிருந்தாள். அப்போது திடீரென்று அவளுக்கு வயிறு வலிக்க ஆரம்பித்தது. மெல்ல மெல்ல தட்டுத்தடுமாறி வீட்டிற்கு வந்து சேர்ந்தாள். வயிறு வலி அதிகமானது. காத்தாயி கத்தி-னாள். அவர்கள் வீட்டின் அருகிலிருந்த பெண்மணிகள் வந்தனர். காத்-தாயி மெல்ல படுக்க வைத்தனர்.

1980 காலகட்டத்தில் என்னதான் ஆஸ்பத்திரிகளில் இருந்தாலும் பெரும்பாலும் மருத்துவமனைக்கு அந்த காலகட்டத்தில் மக்கள் செல்ல-மாட்டார்கள். பக்கத்துவீட்டு பெண்மணிகளே பிரசவம் பார்த்தனர். ஒரு அழகிய ஆண் குழந்தை பிறந்தால். அவன் தான் நமது கதையில் வரும் ராஜு. முனியம்மாள் ராஜுவை மெல்ல தனது கைகளால் தடவித் தடவிப் பார்த்தாள். கண்ணப்பன் ராஜாவிற்கு முத்தமிட்டார். ஜெயந்தி தனது தம்பியை தூக்கி கொஞ்சுவாள்.

நாட்கள் செல்ல செல்ல ராஜுவும் முதலில் உருண்டான், மெல்லப் பேசினான், நடந்தான், ஓடினான். ராஜ் விற்கு மூன்று வயது ஆனபோது அவனுக்கு ஒரு தம்பி பிறந்தான். அவன் தான் நாம் இனி பார்க்கப் போகும் பரமேஸ்வரன். மூன்று பிள்ளைகளும் பள்ளிக்கு செல்லும் வயதினை அடைந்தார்கள். மூவரும் பள்ளிக்கு செல்கின்றனர். ஜெயந்தி ஆறாம் வகுப்பு படிக்கிறாள். ராஜு நான்காம் வகுப்பு படிக்கிறான். பரமேஸ்வரன் முதலாம் வகுப்பு படிக்கிறான். மூவரும் சின்னாளபட்டியில் உள்ள அரசு மேல்நிலைப் பள்ளியில் படிக்கிறார்கள். ஜெயந்தியும் ராஜுவும் நேரத்தோடு பள்ளிக்குச் சென்று விடுவார்கள். ஆனால் பரமேஷ் பள்ளிக்கு போக மாட்டேன் என அடம் பிடித்துக் கொண்-டிருப்பான். அவனிடம் நைஸாகப் பேசி காசு கொடுத்து பள்ளிக்கு அனுப்பி வைத்தால் அவனது அம்மா. காசு தனது கைக்கு வந்தவுடன் நேரே ஒரே ஓட்டமாக ஓடி பள்ளிக்கு சென்று விடுவான் பரமேஸ்வரன். மாலையில் பள்ளி முடிந்து வீடு திரும்பும் பது பொரி உருண்டை, கடலை மிட்டாய், காராசேவு வாங்கி கொறித்து கொண்டே வீடு திரும்-புவார்கள். அவர்களது பள்ளி வாழ்க்கை அழகாக சென்று கொண்டி-ருந்தது. கோடை விடுமுறையில் அம்மாவுடன் வேலைக்கு செல்வார்-கள். பணம் சேர்த்து வைப்பார்கள். சேர்த்து வைத்த பணத்தை கொண்டு சித்திரைமாத திருவிழாவிற்காக புதிய துணி மணிகள் வாங்குவார்கள். மேலும் பள்ளிக்கு தேவையான நோட்டுப் புத்தகங்கள், பேனா, பென்-

சில்கள் வாங்கி கொள்வார்கள்.

வருடாவருடம் காட்டு கோவில் திருவிழாவிற்கு செல்வார்கள். அந்தத் திருவிழாவில் பெரிய பெரிய கடைகள் போடப்பட்டிருக்கும். விளையாட்டு பொருட்கள் விற்பனை செய்யும் கடைகள், சேர் மிட்டாய் கடைகள், தின்பண்டங்கள் விற்பனை செய்யும் கடைகள், உணவகங்கள், பலகாரக் கடைகள் போன்ற பலவிதமான கடைகள் இடம்பெற்றிருக்கும். மேலும் ரங்கரட்டினம், சீசா போன்ற விளையாட்டு அரங்குகளும் அமைக்கப்பட்டிருக்கும். மக்கள் கூட்டமானது அலை கடலென ஆர்ப்பரிக்கும். அப்படி ஒரு வருடம் திருவிழாவிற்கு சென்றார்கள். வேடிக்கை பார்த்துக்கொண்டே பரமேஸ்வரன் தனியாக சென்று விட்டான். ஜெயந்தியும் அவனை கவனிக்கவில்லை, ராஜூவும் அவனை கவனிக்கவில்லை. பரமேஸ்வரன் வேடிக்கை பார்த்துக்கொண்டே வெகுதூரம் சென்று விட்டான். அப்போதுதான் தான் தனியாக வந்து விட்டதை தெரிந்து கொண்டான். ஆஹா நாம தொலைந்து விட்டோமோ என எண்ணினான். அங்கும் இங்கும் தனது உடன் பிறப்புகளை தேடிப் பார்த்தான். கண்ணுக்கெட்டிய தூரம் வரை அவர்கள் தென்படவில்லை. அழத்தொடங்கினான். மண்ணில் உட்கார்ந்து அழுது கொண்டிருந்தான். அப்போது அந்த வழியாக வந்த அவர்களது ஊரை சேர்ந்த ஒருவர் பரமேஸ்வரன் அழுது கொண்டிருப்பதைப் பார்த்தார்.

டேய் பரமேஷ் தனியா இங்க என்னடா பண்ணுற? ஏன் அழுவுற? என்று அவர் கேட்டார்.

அண்ணனையும், அக்காவையும் காணோம்! நான் வேடிக்கை பார்த்துக்கிட்டே தனியா வந்துட்டேன் என்று கூறினான் பரமேஸ்வரன்.

சரி அழுவாத நான் உன்ன அவங்க கிட்ட கூட்டிட்டு போய் விடுறன் என்று சொல்லி அவர் பரமேஸ்வரி தன்னுடன் அழைத்து வந்தார்.

இந்தப் பக்கம் ராஜூவும், ஜெயந்தியும் பரமேஸ்வரனை காணவில்லை எனத் தேடிக் கொண்டிருந்தார்கள். அப்போதுதான் சக்திவேல் மாமா பரமேஸ்வரனை அழைத்து வருவதை கண்டார்கள்.

மாமா! நீங்கதான் இவனை கூட்டிட்டு போனீங்களா? என ஜெயந்தி கேட்டாள.

இல்லை பாப்பா! நான் அந்த வழியாக வந்துக்கிட்டு இருந்தேன். அப்ப யாரோ அழுகை சத்தம் கேட்டது. யாருன்னு பார்த்தா நம்ம பரமேஸ்வரன். ஏண்டா ன்னு கேட்டா காணாமல் போயிட்டேன்னு

சொன்னா. அதான் உங்ககிட்ட விடலாம்னு கூட்டிக்கிட்டு வந்தேன் என சக்திவேல் கூறினார்.

பரமேஷ் என் கன்னத்தில் ஒரு அறைவிட்டாள் ஜெயந்தி. பரமேஸ்வரன் அழுது கொண்டான்.

பாப்பா அடிக்காத மா! சின்ன பையன் தெரியாம வேடிக்கை பார்த்துக்கிட்டே போய்விட்டான் என்று சக்திவேல் கூறினார்.

நாங்க இவனை காணாம எப்படி பதறிப் போயிட்டேன் தெரியுமா என ராஜ் சொன்னான்.

சரி விடுப்பா அதுதான் கிடைச்சுட்டா இல்லை இனிமேல் பத்திரமா பார்த்துக்கோங்க என சொல்லிவிட்டு சக்திவேல் கிளம்பினார்.

அக்கா, நான் தொலைந்து போயிட்டேன்னு அம்மா கிட்ட சொல்லாதக்கா , அம்மா தர்ம அடி அடிக்கும் என பரமேஷ் கெஞ்சினான்.

“நான் சொல்லுவேன் டா!”

“அக்கா நான் பாவம்,”

“யாரு நீயா?”

“ஆமா நான் தான்.”

“இதுக்காகவே அம்மாகிட்ட சொல்லுவேன்.”

“போய் சொல்லு எனக்கு என்ன பயமா?”

“அத அங்க பார்க்கலாம்.”

திருவழாவை முடித்துவிட்டு மூவரும் வீடு திரும்பினார்கள். ஜெயந்தி, பரமேஷ் காணாமல் போனதை பற்றி அம்மாவிடம் கூறினார். காத்தாயி பரமேஸ் திட்டினாள். பரமேஸ்வரனே அடிக்க காத்தாடி எழுந்திருக்கும் போது அவன் எழுந்திருச்சு விரைவாக ஓடி விட்டான் . டேய் நீ வீட்டுக்கு வராமலா போயிடுவ? வா பாத்துக்கிறேன் என்றால் காத்தாயி.

இரவு நேரமாகி விட்டது , பரமேஸ்வரன் வீட்டிற்கு வந்தான். அம்மா எனக்கு சோறு வேணும் என்றான். ஐயாவுக்கு சோறு வேணுமா இங்க பாருங்க என்று சொல்லி அவனது தலையில் கொட்டினாள் காத்தாயி. பின்னர் அனைவரும் அமர்ந்து இரவு உணவை முடித்து விட்டு உறங்கினார்கள். அன்றைய நாள் முழுவதும் அலைச்சலில் இருந்ததால் பிள்ளைகள் படித்த உடனே அவர்களை நித்திரா தேவி ஆட்கொண்டு விட்டாள்.

சில நாட்களாகவே ஜெயந்தியின் பாட்டியான முனியம்மாள் படுத்த படுக்கையாக இருக்கிறார். ஆகாரம் எதுவும் கிடையாது. வெறும் பச்சை தண்ணீரும் , பாலும் தான். திடீரென மேல்மூச்சு என்றும் கீழ்மூச்சு என்றும் வாங்கிக் கொண்டிருந்தார். உடனே துளசி தண்ணீர் விட்டார்கள். முனியம்மாள் உடல் இந்த உலகை விட்டு பிரிந்தது. இறுதிச்சடங்கு மற்றும் 16ஆம் நாள் காரியம் என அனைத்தும் முடிந்தது.

கெட்ட விஷயம் நடந்த வீட்டில் ஒரு நல்லது நடக்க வேண்டும் என்று சொல்வார்கள். அதனால் ஜெயந்திக்கு கல்யாணம் ஏற்பாடு பண்ணுங்க என உறவினர்கள் சொன்னார்கள். ஜெயந்திக்கு தற்போது 20 வயது ஆகிறது. அவள் ஏழாம் வகுப்போடு பள்ளிக்கு முழுக்கு போட்டுவிட்டார். ராஜ யோகம் பத்தாம் வகுப்போடு நின்று விட்டான் . எம்பிராய்டரி போடும் வேலை கற்றுக்கொள்ள சென்றுகொண்டிருந்தான். பரமேஸ்வரன் மட்டும் பள்ளிக்கு சென்று கொண்டிருக்கிறான்.

ஜெயந்திக்கு வத்தலகுண்டில் மாப்பிள்ளை பார்த்துள்ளார்கள். நிச்சயதார்த்தம் செய்வதற்காக சின்னாளப்பட்டி மாப்பிள்ளை வீட்டார்கள் வந்துள்ளார்கள். மாப்பிள்ளையின் பெயர் சத்யராஜ். பட்டு வேஷ்டி மற்றும் பட்டு சட்டையில் நடுநாயகமாக அமர்ந்துள்ளார். ஜெயந்திக்கு பட்டுப்புடவை கட்டி அலங்காரங்கள் செய்து அழைத்து வந்தார்கள். ஐயர் நிச்சயதார்த்த பத்திரிகை படித்தார். பின்னர் நிச்சயதார்த்த தாம்பூலம் மாற்றிக் கொண்டார்கள். பின் திருமணத்திற்கான நாள் குறிக்கப்பட்டு அந்த பத்திரிக்கையையும் ஐயர் வாசித்துக் காட்டினார். பின்னர் விருந்து உபசரிப்பு நடைபெற்றது. விருந்து முடிந்தவுடன் லாரியில் ஏறி மாப்பிள்ளை வீட்டார்கள் மற்றும் உறவினர்கள் அவரவர் ஊருக்கு சென்றார்கள்.

திருமணம் நடைபெறும் நாளும் வந்தது. திருமணம் வ்த்தலகுண்டில் உள்ள மாப்பிள்ளை வீட்டில் நடைபெறுகிறது. சின்னாளபட்டியில் இருந்து உறவினர்கள் லாரியில் ஏறி வத்தலகுண்டு வந்தடைந்தார்கள். இரண்டு சம்பந்தி களும் உறவினர்களை வரவேற்பதற்காக பந்தலின் முன் வரிசையில் நின்றார்கள். பன்னீர் தெளித்து கொண்டிருந்தார்கள். மணமக்கள் மணக்கோலத்தில் மணவறையில் வந்து அமர்ந்திருந்தார்கள். ஐயர் கெட்டி மேளம் கெட்டி மேளம் எனக்கூற மங்கள வாத்தியம் முழங்கியது. “மாங்கல்யம் தந்துனானே” என கூறிக்கொண்டே ஐயர் தாலியை எடுத்துக் கொடுத்தார். சத்யராஜ் தாலியை வாங்கி ஜெயந்தியின் கழுத்தில் கட்டினார். புகைப்படங்கள் எடுக்கப்பட்டன. ராஜு தனது அக்கா

வீட்டுக்காரருக்கு மோதிரம் போட்டு விட்டான். தாலி கட்டிய பின்னர் நடக்கவேண்டிய சம்பிரதாய சடங்குகள் நடந்து முடிந்தன. விருந்து உபசரிப்பு நடந்தது. பின்னர் உறவினர்கள் மணமக்களுடன் புகைப்படம் எடுத்துக்கொண்டார்கள். அன்றைய மாலைப்பொழுது கல்யாண ஆரவாரம் சற்று ஓய்ந்திருந்தது. சின்னாளப்பட்டி உறவினர்கள் லாரியில் ஏறி கிளம்பி வட்டார்கள். ராஜூவும் அவனது குடும்பமும் ஜெயந்தியிடம் சொல்லிவிட்டு அடுத்த நாள் காலையில் ஊருக்கு கிளம்பினார்கள். ஜெயந்தி கண்ணில் ஆனந்த கண்ணீர் கொண்டாள்.

சில மாதங்கள் சென்றன. தீபாவளி வந்தது. ஜெயந்தியையும், சத்யராஜ் ஐயும் தலை தீபாவளிக்காக சின்னாளப்பட்டி அழைத்துச் சென்றார்கள். ஜெயந்திக்கு திருமணமாகி ஒரு வருடத்தில் ஒரு ஆண்குழந்தை பிறந்தான். அவன்தான் நமது சூரியா. தனது அக்கா மகன் சூர்யாவுக்காக ராஜூ தன் கையால் எம்பிராய்டரி போட்ட சட்டை ஒன்று கொண்டுவந்து சூர்யாவுக்கு போட்டு விட்டான். சூர்யா பிறந்து ஒரு வருடம் ஆன பொழுது அவர்களது குலதெய்வம் கோவிலில் ராஜூவின் மடியில் சூர்யாவை உட்காரவைத்து மொட்டை அடித்து, காது குத்தினார்கள். சூர்யாவிற்கு ஒரு பவுன் தங்கச் சங்கிலி போட்டு விட்டாள் காத்தாயி. அன்று முழுவதும் சூர்யாவிற்கு நல்ல வசூல் வேட்டை தான்.

இரண்டு ஆண்டுகள் கழித்து ஜெயந்திக்கு இன்னொரு மகன் பிறந்தான். அவன் பெயர் திலீபன்.

ஜெயந்தியின் கணவர் வீட்டார் குடும்பமானது மிகப் பெரிய குடும்பம். விவசாயத் தொழிலை முதன்மைத் தொழிலாகக் கொண்டவர்கள். தோட்டங்கள் நிறைய வைத்திருக்கிறார்கள். ஜெயந்தியின் பிரதான வேலையாக விவசாயம் மாறிவிட்டது. ஜெயந்திக்கு இந்த வாழ்க்கை மிகவும் பிடித்திருந்தது.

ஒரே கூட்டில் இருந்த மூன்று பறவைகளில் ஒரு பறவை சொந்தமாக ஒரு கூட்டை அமைத்துக் கொண்டது. வளர்ந்தவுடன் பிரிவு என்பது சகஜம் அல்லவா. இன்னும் இரண்டு பறவைகள் அந்த கூட்டில் உள்ளன. அந்த இரண்டு பறவைகளின் கதைகளை இனி தொடர்ந்து பார்ப்போம்.

12

கனா காணும் காலங்கள்

கடந்த அத்தியாயத்தில் நாம் ஜெயந்திக்கு திருமணம் ஆனது முதல் சூரிய பிறந்தது வரை மேலும் அவனுக்கு குலதெய்வம் கோவிலில் மொட்டை அடிப்பது வரை பார்த்திருந்தோம். இனி தொடர்ந்து மேலும் என்ன நடக்கின்றது என காண்போம் வாருங்கள் கதைக்குள் செல்லலாம்.

சூர்யா சற்று வளர்ந்து விட்டான். அவனுக்கு ஒரு தம்பியும் பிறந்தான். அவனது பெயர் திலீபன். தாத்தாக்கள் என்றாலே பேரப்பிள்ளைகள் மேல் அளவு கடந்த பாசம் கொள்வார்கள் அல்லவா? அதுபோலவே கண்ணப்பனும் தனது பேரப் பிள்ளைகள் மீது மிகவும் உயிராக இருந்தார். வாரம் ஒரு முறை சின்னாளப்பட்டியில் இருந்து கிளம்பி வத்தலகுண்டு பேரன்களை பார்க்க வரும் பொழுது பை நிறைய தின்பண்டங்கள் வாங்கி வருவார். தங்கள் வீட்டில் செய்த முறுக்கு, அதிரசம், வடை, கடலை மிட்டாய், கம்பு உருண்டை, ரவை லட்டு போன்ற இனிப்பு களையும் எடுத்துக் கொண்டு வருவார். பேரன்களை தோள்பட்டையில் உட்கார வைத்துக் கொண்டு உலா வருவார். பனை மட்டையில் காற்றாடி செய்து தருவார். நுங்கு வெட்டி தின்ற பின் அதில் வண்டி செய்து உருட்டிக்கொண்டே விளையாடுவார்கள் பேரப்பிள்ளைகள். தாத்தா ஊருக்குக் கிளம்பும்போது பேரன்களுக்கு பணம் கொடுத்துவிட்டு செல்வார். தாத்தா பேருந்தில் ஏறும் போது சூர்யா அழுது-

கொண்டே டாட்டா சொல்வான். இப்படி ஆனந்தமாக தாத்தாவுக்கும் பேரனுக்கும் இடையில் நடந்து கொண்டிருக்கும் போது திடீரென ஒரு-நாள் கண்ணப்பனுக்கு கையும் காலும் வராமல் போய்விட்டது. பேச்சும் வரவில்லை. மருத்துவமனையில் அனுமதித்து பார்த்தார்கள் எந்த ஒரு பயனும் அளிக்கவில்லை.

திரும்ப வீட்டிற்கு அழைத்து வந்துவிட்டார்கள். கட்டிலில் படுத்த படுக்கையானார் கண்ணப்பன். திடீரென கை கால் விளங்காமல் போவ-தற்கான காரணம் என்னவென்றால், கண்ணப்பனுக்கு அடிக்கடி மூட்டு வலி வந்துள்ளது. அதற்காக யாரோ ஒருவரிடம் எண்ணை வாங்கி முழங்காலில் செய்து வந்துள்ளார். அதனால்தான் இப்படி ஆனது என காத்தாயி அவரை பார்க்க வரும் அனைவரிடமும் சொல்லி கொண்டு இருந்தாள். அவரை கவனித்துக் கொள்வதே காத்தாயின் தினசரி வேலையாக மாறியது. சூறாவளி காற்று போல் அங்கும் இங்கும் உலா-விக் கொண்டிருந்த அவரை முடக்கிப் போட்டது இந்த பாழாய்ப்போன வியாதி என காத்தாயி தனது மனதினுள் வெந்து கொண்டிருந்தாள்.

பரமேஸ்வரன் அந்த நேரத்தில்தான் பள்ளிப்படிப்பை முடித்து இருந்-தான். அவனை கல்லூரியில் சேர்க்க வேண்டும். தற்போது காத்தாயி வேலைக்கு செல்வது இல்லை. ராஜீவ் தான் வேலைக்கு சென்று கொண்டிருந்தான். அவனது சம்பளத்தை வைத்து தான் அனைத்து செலவும் பண்ண வேண்டிய சூழ்நிலை ஆகிவிட்டது. மேலும் தற்போது பரமேஸ்வரனையும் கல்லூரியில் சேர்க்க வேண்டும். பரமேஸ்வரனுக்கு திண்டுக்கல் அரசு கல்லூரியில் இடம் கிடைக்கவில்லை. ஆகையால் ஒரு தனியார் கல்லூரியில் சேர்ந்தான். இளங்கலை வணிகவியல் பிரிவு அவனுக்கு கிடைத்தது. ராஜு அவனை கல்லூரியில் பணம் கட்டி சேர்த்து விட்டான்.

பரமேஸ்வரன் முதல் நாள் கல்லூரிக்கு சென்றான். நாம் தற்போது ஒரு புதிய உலகினுள் நுழையப் போகிறோம் என தெரியாமலேயே கல்-லூரியின் தோரண வாயிலை கடக்கிறான். அவனைப் போன்று நிறைய மாணவ மாணவிகள் கல்லூரி வளாகத்தினுள் நுழைந்தார்கள். கல்லூ-ரியை சுற்றும் முற்றும் வேடிக்கை பார்த்துக் கொண்டே செல்கிறான் பரமேஸ்வரன். பேராசிரியர்கள் காரில் வந்து இறங்கினார்கள். சில மாணவ மாணவிகள் இருசக்கர வாகனங்களில் வருகிறார்கள். தோட்-டக்காரர்கள் செடி கொடிகளுக்கு தண்ணீர் விட்டுக் கொண்டிருந்தார்கள்.

தற்போது பரமேஸ்வரன் கேண்டினை ஒட்டி நடந்து கொண்டிருந்தான். அப்போது சமோசாவின் வாசனையானது அவனது மூக்கை துளைத்தது. கேண்டீன் பக்கம் திரும்பிப் பார்த்தான். உள்ளிருந்து இருவர், கையில் சமோசா மற்றும் காபியை வாங்கிக் கொண்டு வந்தார்கள். மதிய வேளையில் நாம் கேன்டீனுக்கு வரலாம் என எண்ணிக்கொண்டே பரமேஸ்வரன் மேலே நடந்தான். அவனது வணிகவியல் துறை வந்தது. துறைத்தலைவர் வெளியில் நின்று கொண்டிருந்தார். அவருக்கு வணக்கம் சொல்லிவிட்டு தனது வகுப்பறைக்கு சென்றான். இது முதல் நாள் ஆகையால் வகுப்பறையின் கரும்பலகையில் "WELCOME TO DEPARTMENT OF COMMERCE" என ஆங்கிலத்தில் எழுதப்பட்டிருந்தது. அதைப் படித்துக்கொண்டே ஒரு பெஞ்சில் உட்கார்ந்தான் பரமேஸ்வரன்.

அருகில் இருந்த நபர்,

"ஹாய்! ஐ அம் நவின். யுவர் நேம் ப்ளீஸ்?"

"ஐ அம் பரமேஷ்."

"நைஸ் டு மீட் யு! என்றான் நவீன்."

"பரமேஷ் புன்னகைத்தான்."

அனைத்து முதலாம் ஆண்டு வணிகவியல் துறை மாணவ, மாணவிகளும் வந்து வகுப்பறையில் அமர்ந்தனர். துறைத் தலைவர் மற்றும் பேராசிரியர்கள் வகுப்பறைக்குள் வந்தனர். மாணவச் செல்வங்கள் எழுந்து வணக்கம் செலுத்தினர். துறைத்தலைவர் அனைவரையும் உட்காருமாறு கூறினார்.

துறைத் தலைவர் அந்தோணி தாசன் பேசத் தொடங்கினார்;

ஆங்கிலேயர்கள் அவர்களது மொழியை உலக மொழி என்பார்கள். அரேபியர்கள் அவர்களது மொழியை வணிக மொழி என்பார்கள். தமிழர்கள் மட்டுமே நமது மொழியை தாய் மொழி என்பார்கள். அப்பேர்பட்ட நமது தாய் தமிழுக்கு முதற்கண் வணக்கம். நமது கல்லூரியில் எவ்வளவு துறைகள் இருந்தாலும் நமது வணிகவியல் துறையை தேர்ந்தெடுத்த உங்கள் அனைவருக்கும் மனமார்ந்த நன்றி கூறினார். தொடர்ந்து கல்லூரியின் வரலாற்றைப் பற்றியும், வணிகவியல் துறை யின் வரலாற்றைப் பற்றியும் பேசி முடித்தார்.

மாணவர்களின் அறிமுகம் நடந்தது. மாணவர்கள் ஒவ்வொருவராக தங்களது பெயர் மற்றும் தங்களது சொந்த ஊர் தெரிவித்தார்கள். தங்கள் வகுப்பில் படிக்கும் மாணவர்களின் பெயர் மற்றும் ஊரை அறிந்துகொண்டார்கள் சக மாணவர்கள். பின்னர் துறைத்தலைவர் துறையின் பேராசிரியர்களை அறிமுகப்படுத்தினார். இந்த பேராசிரியர் அப்துல் காதர். இவர்தான் உங்கள் வகுப்பின் பொறுப்பாளர் என கூறினார். கூட்டம் முடிந்ததும் அனைவருக்கும் மதிய உணவு வழங்கப்பட்டது.

மதிய உணவு இடைவேளை முடிந்தவுடன் மாணவர்கள் தங்களுக்குள் ஒருவரை ஒருவர் பரஸ்பரம் அறிமுகப்படுத்திக் கொண்டார்கள். நட்பு பாராட்டி கொண்டார்கள். அனைவருக்கும் இது கல்லூரி வாழ்க்கையில் முதல் நாள் ஆகையால் சற்று தயக்கத்துடனேயே பேசிக்கொண்டார்கள்.

பேராசிரியர் அப்துல் காதர் வகுப்பறைக்கு வந்து,

நீங்க இப்போ வீட்டுக்கு போகலாம். நாளையில இருந்து வகுப்புகள் ஆரம்பம் ஆகும் எனக் கூறிவிட்டு சென்றார்.

மாணவர்கள் வகுப்பறையை விட்டு வெளியில் கிளம்பினர். நமது பரமேஸ்வரனும், நவீனும் முதல் நாளே நண்பர்கள் ஆகிவிட்டார்கள். கல்லூரி நேரம் முடிய இன்னும் இரண்டு மணி நேரங்கள் இருப்பதால் இருவரும் விளையாட்டு மைதானத்தை பார்வையிட்டுவிட்டு கேண்டீன் பக்கம் திரும்பினர். கேண்டீனில் அப்போதுதான் வாழைக்காயை சீவி, பஜ்ஜி மாவில் நனைத்து, எண்ணெய் சட்டியில் போட்டு, சுட சுட ஆவி பறக்க பஜ்ஜியை எடுத்து மேலே வைத்தனர். பில்டர் காபியின் வாசம் மனதை மயக்கியது. இரண்டு நண்பர்களும் ஆளுக்கு ஒரு காப்பியையும் இரண்டும் பஜ்ஜியும் வாங்கி வந்து மேசையில் அமர்ந்தனர். காப்பியை ஒரே ஒரு வாய்தான் குடித்தனர், மெய் மறந்து விட்டார்கள். பஜ்ஜியை காகிதத் தாளில் வைத்து நசுக்கினர். எண்ணெய் அதில் ஒட்டி கொண்டது. இருவரும் பஜ்ஜியை மண மயக்கத்திலேயே உண்டனர்.

கல்லூரி நேரம் முடிந்தது. கல்லூரியில் உள்ள அனைத்து துறை மாணவ மாணவிகளும் வீட்டிற்கு செல்வதற்காக வெளியில் வந்தார்கள். அவர்களுடனேயே பரமேஸ்வரன் மற்றும் நவீனும் வெளியில் கிளம்பினார்கள். மாலை வேளையில் பிரதான சாலை ஆனது மிகவும் போக்குவரத்து நெரிசல் உடன் காணப்பட்டது. சாலையைக் கடந்து வருவதே பெரிய விஷயம் ஆகிவிட்டது. இருவரும் பேருந்து நிலையத்தை நோக்கி

நடந்து கொண்டிருந்தார்கள்.

“ஓ சென்யோரீட்டா, பேசும் மெழுகு பொம்மையே!” என பாடல் ஒலித்தது.

இருவரும் திரும்பிப் பார்த்தார்கள். ஒட்டன்சத்திரம் காய்கறி சந்தைக்கு காய்கறிகளை ஏற்றிச் செல்லும் லாரியில் அந்தப் பாடல் ஒலித்தது .

பேருந்து நிலையம் வந்து சேர்ந்தார்கள். பேருந்து நிலையம் ஆனது சுடுதண்ணீரை காலில் ஊற்றியது போல் மிகவும் பரபரப்பாக இயங்கிக்கொண்டிருந்தது.

“கம்பம், தேனி, போடி”

“பொள்ளாச்சி, கோவை”

“மதுரை, சிவகங்கை”

“தாராபுரம், காங்கேயம், திருப்பூர்”

“அரவக்குறிச்சி, பள்ளப்பட்டி, கரூர்”

“நாமக்கல், சேலம்”

“பழனி, பழனி”

“சென்னை, சென்னை”

என பேருந்தின் முன்னர் நின்று நடத்துனர்கள் கூறிக்கொண்டிருந்தார்கள். ஓட்டுநர்கள் பேருந்தை இயக்குவதற்காக தயார் நிலையில் அமர்ந்து இருந்தார்கள்.

நவீன் பழனியை சேர்ந்தவன். ஆகையால் அவன் பழனி செல்லும் பேருந்தில் ஏறி சென்றுவிட்டான். நமது பரமேஸ்வரன் சின்னாளப்பட்டி தானே ஆகையால் புறநகர் பேருந்தில் ஏறி சின்னாளப்பட்டி நோக்கி சென்றுகொண்டிருந்தான். வழி நெடுகிலும் முதல் நாள் கல்லூரி எப்படி இருந்தது என எண்ணிக் கொண்டு சென்சென்றான். இவற்றை இணைத்து கொண்டிருக்கும்போதே சின்னாளப்பட்டி வந்தது. பேருந்திலிருந்து இறங்கி வீட்டை நோக்கி நடந்து கொண்டிருந்தான்.

வழியில் ஊர்க்காரர்கள்;

“என்ன பரமேஷ் காலேஜ் போறியா?”

“ஆமா சித்தப்பா.”

“பரமேஷ் முதல் நாள் காலேஜ் எப்படி போச்சு?”

“நல்லா போச்சு டா.”

“உங்க அண்ணன் கஷ்டடப்பட்டு படிக்க வைக்கிறான்டா ! அது மனசுல வச்சு நல்லா படி. என்ன?”

“ஆம் சரி தாத்தா.”

“பிரண்டு பிடிச்சி யா? இல்லையா?”

“ஆம்.”

“சரி , சரி வீட்டுக்கு போ.”

“ஆம் வர்றேன்.”

பரமேஷ் வீட்டிற்கு வந்தான். அவனது அம்மா அப்பாவிற்கு சோறை கஞ்சியில் கரைத்து ஒரு குடுவையில் ஊற்றி வாயில் ஊற்றிக்கொண்டி-ருந்தாள்.

பரமேஷ் வீட்டினுள் நுழைந்தான்.

“வாடா தம்பி, போய் சாப்பிடு.”

“இல்லை வேணாம், நான் அப்புறம் சாப்பிட்டுக்கிறேன்.” என்று சொல்லி விட்டு உள்ளே சென்று பையை கழட்டி வைத்துவிட்டு, உடை-களை மாற்றிக் கொண்டு வெளியில் கிளம்பினான் பரமேஸ்வரன்.

சிறிது நேரம் கழித்து ராஜு வேலையை முடித்துவிட்டு வீடு திரும்-பினான்.

அம்மா, பரமேஸ் வந்துட்டானா?

ஆம் வந்துட்டான், எங்கயோ வெளில போனான்.

ஆம், சரிம்மா.

பரமேஸ்வரனின் முதல் நாள் கல்லூரி வாழ்க்கையில் ஒரு நண்பன் கிடைத்தான். முதல் நாளும் சிறப்பாகவே சென்றது. தினசரி கல்லூரிக்கு செல்கிறான் பரமேஸ்வரன். நிறைய புதிய நண்பர்கள் கிடைத்தார்கள். கல்லூரி வாழ்க்கை என்றாலே ஒரு சொல்ல முடியாத உணர்வு அனை-வருக்கும் உண்டாகும் அல்லவா? பரமேஸ்வரனுக்கும் அப்படிதான். என்-னதான் நண்பர்களோடு ஊர் சுற்றினாலும் படிப்பு விஷயத்தில் ரொம்ப கெட்டிக்காரன் நமது பரமேஸ்வரன். தேர்வில் நல்ல மதிப்பெண்கள் பெறுவான். நல்லபடியாக முதலாமாண்டு முடித்துவிட்டான்.

தற்போது பரமேஸ்வரன் இரண்டாம் ஆண்டு படித்துக் கொண்டி-ருக்கிறான். ஜூன் மாத இறுதியில் கல்லூரி துவங்கியது. ஒவ்வொரு ஆண்டும் இறுதியில் மாணவர்கள் வெளியேறுவதும், ஜூன் மாதம் புதிய மாணவர்கள் உள்ளே வருவதும் கல்லூரியில் இயல்புதானே. வணிக-

வியல் துறையில் முதலாம் ஆண்டு மாணவர்களை பார்க்க பரமேஷ் அவனது நண்பர்களும் சென்றார்கள். முதலாமாண்டு மாணவர்கள் புதியதாக கல்லூரிகளில் வருவதால் சற்று பதட்டத்துடன் காணப்பட்டார்கள்.

பரமேஸ்வரனின் நட்பு கூட்டமானது;

“ஹலோ பிரண்ட்ஸ், நாங்க எல்லாரும் உங்க சீனியர்ஸ். அதர் டிபார்ட்மெண்ட் ஸ்டூடன்ட்ஸ் ஏதாவது பிரச்சனை பண்ணினா எங்க கிட்ட சொல்லுங்க, நாங்க பார்த்துக்கிறோம். யூ டோண்ட் வொரி. எவ்ரி படி இன்டர்டியூஸ் யுவர்செல்ப் ப்ளீஸ் என்று சொன்னார்கள். மாணவர்கள் ஒவ்வொருவராக தங்களது பெயரை சொன்னார்கள். ஒரு மாணவி எழுந்து “என் பெயர் சினாமிகா” என்று சொன்னாள். அதைக்கேட்ட பரமேஷ் அந்தப் பெண்ணை பார்த்தான். நிலவைப் போன்ற அவளது முகம் அவனை கொள்ளை கொண்டது. பரமேஷ் அவளைப் பார்த்துக் கொண்டு இருந்தான். பின்னர் அனைவரும் தங்கள் வகுப்புக்கு கிளம்பினர். பரமேஸ்வரனுக்கு சினாமிகா முகம் மட்டுமே தெரிந்தது. கல்லூரியில் எந்த பெண்ணை பார்த்தாலும் சினாமிகா போன்றே தோன்றியது.

பரமேஸ்வரன் காணும் கனாக்களில் கூட சினாமிகா தான்.

ஆஹா சீனியர் வச்சுட்டான்டி கண்ணு!

ஒருவேளை இது சில்லுனு ஒரு காதல் படத்தை போன்று ஜூனியர் பெண் மேல் காதல் கொள்வாயா பரமேஸ்வரன்?

13

ஹே சினாமிகா!

சில்லுனு ஒரு காதல் திரைப்படத்தில் வரும் ''செகண்ட் இயர்ல இருந்து காலேஜ் என் கண்ட்ரோலில் வந்துச்சு'' என வரும் வசனத்தை தனது கனவில் எண்ணிக் கொண்டிருந்தான் நமது பரமேஸ்வரன்.

ஓர் அழகிய கார் காலம் அது, அந்தி நேரத்தில் சினாமிகா தனது தோழிகளுடன் கல்லூரி சாலையில் நடந்து வந்து கொண்டிருந்தாள். கரிய மேகங்களுக்கிடையே சூரிய பகவான் எட்டிப் பார்த்துக் கொண்டி-ருந்தான். இளந்தென்றல் காற்றானது அனைவரின் மீதும் மோதி குளிர்ச்-சியை உண்டு பண்ணியது. சினாமிகாவின் மீது அந்த காற்று படும் பொழுது பரவசமடைந்தாள். டைட்டானிக் ஹாலிவுட் திரைப்படத்தில் வரும் கதாநாயகி ரோஸ் போன்று தனது இரண்டு கைகளையும் பக்கவாட்டில் நீட்டியவாறு காற்றை வாங்கிக் கொண்டு நடந்து வந்-தாள். திடீரென வாகை மரத்திலிருந்து பூக்கள் சினாமிகாவின் மீது கொட்டின. இதையெல்லாம் ஒரு மரத்தடியில் உள்ள மேசையில் உட்-கார்ந்து கொண்டு பார்த்துக்கொண்டு இருந்தான் பரமேஸ்வரன். எது சூரியன்? சினாமிகாவின் அழகான முகமா? அல்லது நம்மை சுட்டெ-ரிக்கும் வானத்தில் தெரியும் அந்தப் பகலவனா? என தனக்குத் தானே கேள்வி கேட்டுக் கொண்டு இருந்தான் பரமேஸ்வரன்.

சினாமிகா கல்லூரி சாலையில் நடந்து வந்து கொண்டிருந்த போது சில சீனியர் மாணவர்கள் பைக்கில் அமர்ந்திருந்தார்கள் சாலையின் ஓரமாக. சினாமிகா அவர்களின் பக்கம் வந்த பொழுது,

ஹே சினாமிகா சீறும் சினாமிகா என ஒருவன் பாடல் பாடினான்.

சினாமிகா என் பிள்ளை ஐஏஎஸ் படிக்கணும் அதுக்கு நீ தான் உதவி பண்ணனும் என்று இன்னொருவன் கூறினான்.

அதில் ஒருவன் எழுந்து சினாமிகா முன் சென்று மண்டியிட்டு, சினாமிகா வில் யூ மேரி மீ என கூறி ஒரு ரோஜா பூவை நீட்டினகூறி-னான். இதையெல்லாம் பார்த்த சினாமிகா தாங்க முடியாமல் திகைத்து நின்றாள். அவளின் இரு கண்களிலும் கண்ணீர் துளிர்த்தது.

சினாமிகாவின் கண்ணீரை கண்டவுடன் பரமேஸ்வரன் சினங்-கொண்ட சிங்கமாக எழுந்து வந்தான். பரமேஸ்வரனை கண்டவுடன் அந்த சீனியர் மாணவர்கள் தெறித்து ஓடினார்கள்.

சினாமிகாவின் தோழிகள் சிரித்தார்கள். அவர்கள் எதற்காக சிரிக்-கிறார்கள் என பரமேஸ்வரனுக்கு புரியவில்லை. உண்மையில் அங்கு நடந்தது என்னவென்றால், அந்த சீனியர் மாணவர்கள் தெறித்து ஓடி-யதற்கு காரணம் பரமேஸ்வரன் அல்ல. பரமேஸ்வரனின் பின்னால் அவர்களின் துறைத்தலைவர் வந்தார், அதனால்தான் அந்த சீனியர் மாணவர்கள் தலைதெறிக்க ஓடினார்கள். அதனால்தான் சினாமிகாவின் தோழிகள் சிரித்தார்கள். உடனே பின்னாடி திரும்பி பார்த்த பரமேஸ்வரன் வெட்கினான். ஆனால் சினாமிகா பரமேஸ்வரனை பார்த்து புன்னகை புரிந்தாள். இதை கண்ட பரமேஸ்வரனின் உள்ளத்தில் லட்சக்கணக்கான பட்டாம்பூச்சிகள் பறந்தன.

நாளடைவில் பரமேஸ்வரனும், சினாமிகாவும் நெருங்கிய நண்பர்கள் ஆனார்கள். தினசரி கல்லூரிக்கு ஒன்றாகவே வருவதும் போவதுமாக இருந்தார்கள். நாட்கள் விரைவாக ஓடியது. பரமேஸ்வரன் தற்போது மூன்றாமாண்டு படித்துக் கொண்டிருக்கிறான். சினாமிகா இரண்டா-மாண்டு படித்துக் கொண்டிருக்கிறாள். சினாமிகா தனது மனதில் என்ன நினைத்துக் கொண்டிருக்கிறானோ அது நமக்கு தெரியாது. ஆனால் கண்டிப்பாக பரமேஸ்வரனின் மனதில் காதல் பட்டாம் பூச்சி பறந்துகண்-டிருந்தது. ஆனால் பரமேஸ்வரன் இன்னும் தனது காதலை சினாமிகா-விடம் வெளிப்படுத்தவில்லை.

சினாமிகா நன்றாகப் பாடுவாள். அவளது குரலோ குயிலைப் போன்று இருக்கும். பரமேஸ்வரனும் அவ்வப்போது சினாமிகாவை பாட-வைத்து கேட்பான். பரமேஸ்வரன் முன்பு மட்டும்தான் பாடுவாள் என்பது கிடையாது. ஆயிரம் பேரின் முன்பு மேடையில் கூட பாடுவாள் சினா-

மிகா. அனைத்து விதமான ராகங்களும் அவளது நாவில் நாட்டியம் ஆடும்.

கல்லூரியின் சார்பில் இந்த ஆண்டு கலை நிகழ்ச்சிகள் நடத்தப்படும் என்ற அறிவிப்பு வெளியாகிறது. சினாமிகா பாட்டுப் போட்டியில் தனது பெயரினை பதிவு செய்து கொண்டாள். இந்தாண்டு கல்லூரியில் நடைபெறும் கலை நிகழ்ச்சியில் கண்டிப்பாக தான் முதல் பரிசைப் பெற வேண்டும் என்ற எண்ணத்துடன் சினாமிகா தீவிரமாக பயிற்சி மேற்கொண்டு வருகிறாள். தினசரி கல்லூரி முடிந்ததும் மாலை வேலயில் விளையாட்டு மைதானத்தில் தனது நண்பர்களை உட்கார வைத்து, அவர்கள் முன்னால் சினாமிகா பாடல்களை பாடி பயிற்சி எடுப்பாள். அவ்வப்போது தொண்டையில் கிச்சு கிச்சு ஏற்படும். தொண்டை வறண்டு விடும் சமயத்தில் பரமேஸ்வரன் தண்ணீர் பாட்டிலை எடுத்து சினாமிகாவிடம் கொடுப்பான். சினாமிகா தண்ணீரை குடித்து விட்டு மீண்டும் பாட தொடங்குவாள்.

சினாமிகா, கலை நிகழ்ச்சியில் நீ எந்த பாட்ட பாடப் போற? என ஃபாத்திமா கேட்டாள்.

முன்பே வா என் அன்பே வா

ஊனே வா உயிரே வா

என இந்த பாடலை தான் பாடப் போவதாக கூறினாள் சினாமிகா.

இந்தப் பாடலை கேட்டவுடன் பரமேஸ்வரனின் மனதில் சொல்ல முடியாத அளவிற்கு ஆனந்தம் உண்டானது. உண்மையில் அந்தப் பாடல் தனக்காகவே சினாமிகா பாடியதாக பரமேஸ்வரன் எண்ணிக்கொண்டான்.

கல்லூரியில் கலை நிகழ்ச்சிகள் நடைபெறும் நாளும் வந்தது. கல்லூரியின் திறந்தவெளிக் கலையரங்கம் கலை நிகழ்ச்சிகள் நடத்துவதற்காக ஏற்பாடு செய்யப்பட்டிருந்தது. வெயில் படாமல் இருக்க மாணவர்களுக்காக பந்தல் போடப்பட்டிருந்தது. பார்வையாளர்கள் அமர்ந்து கொள்வதற்காக நாற்காலிகள் போட்டிருந்தார்கள். கல்லூரி வளாகம் முழுவதும் அலங்காரம் செய்யப்பட்டு இருந்தது. யாரோ ஒருவர் சிறப்பு விருந்தினராக வரப்போவதாக மாணவர்கள் தங்களுக்குள் பேசிக்கொண்டார்கள். மதிய உணவிற்காக அனைவருக்கும் தக்காளி சோறு தயார் செய்யப்பட்டு கொண்டிருந்தது. அனைத்து மாணவ, மாணவிகளும் விழாவினை சிறப்பிக்க வந்துவிட்டார்கள்.

கலையரங்கத்தில் மேடையில் ஒரு நாற்காலி மட்டும் காலியாக இருந்தது. மேடையில் இருந்த நிகழ்ச்சி தொகுப்பாளர் ஒலிபெருக்கியில் பேசுகிறார்,

"நம்மை சிரிக்கவும், சிந்திக்கவும் வைத்தவன்"

"மூட நம்பிக்கைகளுக்கு எதிரானவன்"

"கலாமின் சீடன்"

"நவீனகால அசோகன்"

"சின்ன கலைவாணர்"

பத்மஸ்ரீ நடிகர் விவேக் அண்ணன் அவர்களை இந்த விழாவின் சிறப்பு விருந்தினராக வருக வருக என அனைவரின் சார்பாகவும் வரவேற்கிறோம் என்று கூறினார்.

நிகழ்ச்சி தொகுப்பாளர் மேற்கண்டவாறு இவற்றையெல்லாம் அறிவிக்கும் போது, மாணவர்கள் பின்பக்கம் திரும்பி பார்த்துக் கொண்டிருந்தார்கள். நடிகர் விவேக் காரில் இருந்து இறங்கி மேடையை நோக்கி நடந்துவந்து கொண்டிருந்தார். மாணவர்களோ இவ்வளவு நாள் திரையில் பார்த்த ஒரு நடிகரை நேரில் பார்த்தவுடன் ஆரவாரம் செய்தனர். நடிகர் விவேக் அனைவருக்கும் வணக்கம் சொல்லிக் கொண்டே சென்று மேடையில் அமர்ந்தார்.

கல்லூரி முதல்வர், நடிகர் விவேக்கிற்கு பொன்னாடை போர்த்தி நினைவுப் பரிசு வழங்கினார்.

கலை நிகழ்ச்சியானது தமிழ் தாய் வாழ்த்துடன் இனிதே தொடங்கியது. முதலில் பரத நாட்டியம் ஆடினார் ஒரு மாணவி. பின்னர் மாணவர்கள் காதலன் திரைப்படத்தில் வரும்,

"ஊர்வசி ஊர்வசி டேக் இட் ஈசி ஊர்வசி" என்ற பாடலுக்கு நடனம் ஆடிக்கொண்டிருந்தார்கள். அதேசமயத்தில் அடுத்தடுத்த நிகழ்வுகளுக்கு மாணவர்கள் தங்களை ஆயத்தம் செய்து கொண்டிருந்தார்கள். சினாமிகா சற்றுப் பதற்றத்துடன் காணப்பட்டாள். சினாமிகாவின் தோழிகளும், பரமேஸ்வரனும் அவளை பதற்றமடைய வேண்டாம், நிதானமாக இருக்குமாறு கூறிக் கொண்டிருந்தார்கள்.

அடுத்தபடியாக வணிகவியல் துறை மாணவி சினாமிகா நமக்காக பாடல் பாடுவதற்காக வருகிறார், என மேடையில் ஒலித்தது. சினாமிகா தன்னை ஆசுவாசப்படுத்திக் கொண்டு மேடைக்குச் செல்ல எத்தனித்-

தாள். தோழிகள் அவளை சிறப்பாக பாடுமாறு கூறினார்கள். சினாமிகா மேடைக்கு வந்தவுடன் கூட்டத்தை கண்டு பயந்தாள். பின்னர் பாடத் தொடங்கினாள்.

" நிலவிடம் வாடகை வாங்கி, விழி வீட்டினில் குடி வைக்கலாமா?

நாம் வாழும் வீட்டுக்குள் வேறாரும் வந்தாலே தகுமா?

தேன் மலை தேக்குக்கு நீ தான், உந்தன் தோள்களில் இடம் பெற-லாமா?

நான் சாயும் தோள்மேல் வேறுயாரும் சாய்ந்தாலே தகுமா?

என்ற சில்லுனு ஒரு காதல் திரைப்படத்தில் வரும் பாடலை பாடி முடித்தாள் சினாமிகா. அனைவரும் கரகோஷம் எழுப்பினர். பாடலைக் கேட்டுக் கொண்டிருந்த பரமேஸ்வரன் இந்த மண்ணுலகத்தில் இல்லை. அவன் எங்கேயோ விண்வெளியில் பறந்து கொண்டிருந்தான். சினாமிகா, பரமேஸ்வரனிடம் வந்து பாட்டு எப்படி இருந்தது? என கேட்ட போது தான் அவன் இந்த நிகழ்கால மண்ணுலகிற்கு வந்தான்.

"என்ன சினாமிகா கேட்ட? மறுபடியும் சொல்லு" என பரமேஸ்வரன் கேட்டான்.

"பாட்டு எப்படி இருந்துச்சுன்னு கேட்டேன" என சினாமிகா கூறி-னாள்.

தனது புருவங்களை உயர்த்தி தலையை ஆட்டினான் பரமேஸ்வரன்.

தலையில் ஒரு குட்டு வைத்தாள் சினாமிகா.

மாலை நேரத்தில் கலை நிகழ்ச்சி போட்டியில் வெற்றி பெற்றவர்க-ளுக்கான பரிசு வழங்கப்பட்டது. சினாமிகா விற்கு பாட்டுப் போட்டியில் மூன்றாம் பரிசு கிடைத்தது.

பரிசுகள் வழங்கிய பின்னர் நடிகர் விவேக் சிறப்புரையாற்ற வந்தார்.

தாய் தமிழுக்கும், பேராசிரிய பெருமக்களுக்கும், மாணவச் செல்-வங்களுக்கும் எனது அன்பான மாலை வணக்கங்கள். கலை நிகழ்ச்சி-யில் கலந்து கொண்ட அனைவருக்கும் எனது மனமார்ந்த பாராட்டுக்-கள். கல்லூரி வளாகம் மிகவும் அழகாக உள்ளது. எதிர்கால இந்தியா உங்களைப் போன்ற இளைஞர்கள் கையில் தான் உள்ளது. உங்களு-டைய தனித்திறமைகளை இந்த உலகிற்கு வெளிக்காட்டுங்கள். கடி-வாளம் போட்ட குதிரையாக மட்டும் இருந்து விடாதீர்கள். உங்களுக்-கான பாதையை நீங்களே தேர்வு செய்யுங்கள். விடாமுயற்சி விஸ்வரூப

வெற்றி. தோத்தாலும் ஜெயிச்சாலும் மீசைய முறுக்கு. மாணவர்களை உற்சாகப்படுத்தும் வகையில் நிறைய விஷயங்களை பேசினார் நடிகர் விவேக். பின்னர் நன்றியுரையுடன் கலை நிகழ்ச்சி இனிதே நிறைவடைந்தது.

நாட்கள் விரைவாக ஓடின, பல்கலைக்கழக இறுதி பருவத் தேர்வுகள் வந்துவிட்டன. பரமேஸ்வரன் தனது கல்லூரியில் எழுதப் போகும் கடைசி தேர்வு இதுவே. அனைவரும் தேர்வுக்கு தயாராகிக் கொண்டிருந்தார்கள். பரமேஸ்வரனின் மனதில் தனது காதலை சினாமிகாவிடம் சொல்லலாமா? வேண்டாமா? என போராட்டம் நடைபெற்றுக் கொண்டிருந்தது. தேர்வுகள் முடிந்தவுடன் சொல்லிவிடலாம் என எண்ணிக்கொண்டான். கடைசித் தேர்வு நடைபெறும் நாளும் வந்தது. தேர்வு முடிந்தவுடன் பரமேஸ்வரனும், சினாமிகாவும் சந்தித்துக் கொண்டார்கள்.

பரமேஷ், உன்னோட " காலேஜ் லைஃப்ல இன்னைக்கு தான் கடைசி நாள்" என கூறினாள் சினாமிகா.

"ஆமா."

"அடுத்து என்ன பண்ணப் போற?"

"வேலைக்குப் போகணும்."

"எந்த மாதிரி வேலை?"

"தெரியல போனா தான் தெரியும்."

"சரி," என்றாள் சினாமிகா.

பரமேஸ்வரன் பதற்றத்துடன் காணப்பட்டான். அவனுடைய கால்கள் தரையில் படவில்லை, மேலும் அவன் நிதானமாகவும் இல்லை.

"என்ன ஆச்சு? பரமேஷ்," என சினாமிகா கேட்டாள்.

"இல்ல, ஒன்னும் இல்ல, காலேஜ் முடிஞ்சில்ல அதான். இனி உன்ன எப்ப பாப்பேன்னு தெரியாது?" என்றான் பரமேஸ்வரன்.

"அப்படி நினைக்காத, இன்னும் ஒரு வருஷம் நான் எந்த காலேஜ்ல தான் படிப்பேன். நீ எப்ப வேணும்னா வந்து என்ன பார்க்கலாம" என்றாள் சினாமிகா.

"ம்ம்," என்றான் பரமேஸ்வரன்.

"சரி, நேரமாச்சு வீட்டுக்கு போகலாமா?" என சினாமிகா கேட்டாள்.

பரமேஸ்வரனோ, இன்றுதான் கடைசி வாய்ப்பு, இன்று சொல்லாவிட்டால் வேறெப்போதும் இல்லை என மனதில் எண்ணிக் கொண்டான்.

ஆனால் அவனது வாயில் இருந்து எந்தவித வார்த்தையும் வெளிவர-வில்லை.

தனது காதலை சினேகாவிடம் கூறினாள் என்ன நடக்குமோ? என பயந்து கொண்டே இதயம் முரளி போல தனது காதலை வெளிப்படுத்-தாமலேயே சென்றுவிட்டான் பரமேஸ்வரன்.

14

அழகிய தீயே

கடந்த அத்தியாயத்தில் நாம் பரமேஸ்வரனின் கல்லூரி வாழ்க்கை பற்றி மட்டுமே பார்த்திருந்தோம். பரமேஷ் கல்லூரியில் மிக்க மனமகிழ்ச்சியுடன் இருந்தபொழுது அவனது வீட்டில் என்னென்ன நிகழ்வுகள் நடந்தது என்பதை நாம் கவனிக்கவில்லை அல்லவா? சற்று அதனைப் பார்த்துவிட்டு, மேலும் கதையைத் தொடர்வோம்.

ராஜுவின் அப்பா உடல்நிலை சரியில்லாமல் படுத்த படுக்கை ஆனார் என பார்த்திருந்தோம். சில நாட்கள் சுய நினைவுடன் இருந்தார். நாட்கள் செல்லச் செல்ல சுயநினைவு இழந்து கொண்டே வந்தார். ஒரு கட்டத்தில் முற்றிலுமாக சுயநினைவு இழந்து விட்டார். தான் யார்? தனது மனைவி யார்? தனது பிள்ளைகள் யார்? நான் எங்கு இருக்கிறேன்? என்ன செய்கிறேன்? என ஒன்றும் அறியாத பச்சிளம் குழந்தையாக மாறிவிட்டார். கண்ணப்பனை தான் பெற்ற பிள்ளையை போல் கவனித்து வந்தால் காத்தாயி. ஜெயந்தி தனது பிள்ளைகளுடன் வந்து அவ்வப்போது தகப்பனை பார்த்துவிட்டு செல்வாள். உறவினர்களும் அவ்வப்போது வருவார்கள். இந்த காலகட்டத்தில் செலவுகளுக்கு பஞ்சமில்லை. ஏகப்பட்ட செலவுகள். அனைத்தையும் ராஜு தன்னந்தனியாக ஒற்றை ஆளாக ஓடி ஓடி உழைத்து சம்பாதித்த பணத்தை தான் மட்டும் தனது தனிப்பட்ட சிற்றின்பங்களுக்கெல்லாம் சலாம் போட்டுவிட்டு, தனது குடும்பத்திற்காக மட்டுமே செலவு செய்தான். இதனால் ராஜாவிற்கு ஊர் சுற்றும் எண்ணமே கிடையாது. வீடு விட்டால் வேலை வேலை விட்டால் வீடு என இருந்தான். பரமேஸ்வரனை மிகவும் கஷ்-

டப்பட்டு தான் பணத்தை கட்டி படிக்க வைத்தான் ராஜு. பரமேஸ்வ-ரனுக்கு குடும்ப கஷ்டமெல்லாம் தெரியாமலேயே வளர்ந்து விட்டான். பரமேஸ்வரனுடைய கல்லூரி வாழ்க்கையானது மிகவும் சிறப்பாகவே இருந்தது. சினாமிகாவிடம் தனது காதலை சொல்லாத ஒரே ஒரு குறை-தான். பரமேஸ்வரன் இனிமேல்தான் இந்த நிஜ உலகில் காலடி எடுத்து வைக்க போகிறான்.

பரமேஸ்வரன் கல்லூரிப்படிப்பை முடித்து ஆறு மாத காலம் ஆகி-றது. இந்த ஆறு மாத காலத்தில் வேலை தேடிக் கொண்டிருந்தான் நமது பரமேஸ்வரன். கடைசியில் ஒரு வழியாக அவனுக்கு பெங்களூரு-வில் உள்ள ஒரு மிகப் பெரிய பிரபலமான நட்சத்திர விடுதியில் வேலை கிடைத்தது. மாதம் 15000 சம்பளம் என கடுதாசி வந்திருந்தது நமது பரமேஸ்வரனுக்கு. வீட்டில் பேசிவிட்டு இரண்டு நாட்களில் பெங்களூர் கிளம்பலாம் என முடிவு செய்தான். பெங்களூர் செல்வதற்குள் ஒருமுறை சினாமிகாவை சந்தித்து பேசி விட்டு செல்லலாம் என எண்ணி, தனது முன்னாள் கல்லூரிக்கு சென்று பார்த்தால் அங்கு சினாமிகாவை எங்-கும் காணவில்லை. இவன் தேடாத இடமில்லை. பின்னர் சினாமிகாவின் தோழியான பாத்திமாவிடம் விசாரித்தான்.

“ பாத்திமா, சினாமிகா இன்னைக்கு காலேஜ் வரலையா?”

“ இல்ல, வரல.”

“ஏன் என்னாச்சு?”

“அவ இனிமேல் வர மாட்டா.”

“அதுதான் ஏன்னு கேட்டேன்?”

“அவளுக்கு கல்யாணம் ஆயிடுச்சு. அதனால தான் இனிமேல் அவ காலேஜ்க்கு வரமாட்டா.”

“என்ன பாத்திமா சொல்லுற உண்மையாவா?”

“ஆமா நெஜமாவே அவளுக்கு கல்யாணம் ஆயிருச்சு.”

“என்ன ஆச்சு திடீர்னு கல்யாணம்?”

“அவங்க பாட்டி சாகுறதுக்குள்ள சினாமிகாவுக்கு கல்யாணம் பண்ணி பார்க்கணும்னு ஆசைப்பட்டாங்களாம். அவங்க சாகும் நிலை-மைல இருந்ததனால் சினாமிகாவுக்கு கல்யாணம் பண்ணி வச்சுட்-டாங்க.”

“ஓ! அப்படியா?”

“ஆமா, பரமேஷ்.”

“மாப்பிளை யாரு?”

“அவங்க அத்தை பையனாம்.”

“எந்த ஊரு?”

“அதெல்லாம் தெரியாது. கல்யாணத்துக்கு எங்கள யாரையுமே கூப்பிடல.”

“சரி ஃபாத்திமா , என கூறிவிட்டு அங்கிருந்து கிளம்பினான் பரமேஷ்.”

அங்கிருந்து தனது ஊருக்கு திரும்பிய பரமேஷ் ஏரிக்கரைக்கு சென்றான். ஆளில்லாத இடத்தில் ஒரு மரத்தடியில் தனியாக அமர்ந்து எங்கேயோ பார்த்துக் கொண்டிருந்தான். அவனது முகமானது மிகவும் வாட்டத்துடன் காணப்பட்டது. ஏதோ சிந்தித்துக் கொண்டிருக்கிறான் என்பது மட்டும் நிச்சயமாக தெரிகிறது. ஒரு மணி நேரம் கழித்து தலையை தூக்கி வானத்தை பார்த்தான். கண்களை மூடித் திறந்தான். பின்பு ஒரு நீண்ட நெடிய பெருமூச்சு விட்டான். வீட்டை நோக்கி நடக்கத் தொடங்கினான். செல்லும் வழி நெடுகிலும் ஏதோ ஒன்றை விட்டுவிட்டுப் போகிறான் என்பது மட்டும் தெரிகிறது. எதை விட்டு விட்டு செல்கிறான்?

வீட்டிற்கு சென்றதும் குடத்தில் உள்ள தண்ணீரை தனது தலையில் ஊற்றிக் கொள்கிறான். புதிய ஆடைகளை அணிந்து கொள்கிறான். ஆற அமர உட்கார்ந்து சாப்பிடுகிறான். தனது துணிமணிகளை பையில் எடுத்து வைத்துக் கொள்கிறான்.

அண்ணா, போகலாம் என்று கூறுகிறான்.

நண்பர்களிடமும், அம்மாவிடமும் விடைபெற்றுக்கொண்டு பெங்களூரு செல்ல தயாராகி விட்டான். ராஜு அவனை வண்டியில் ஏற்றிக்கொண்டு திண்டுக்கல் பேருந்து நிலையத்தில் பெங்களூரு செல்லும் பேருந்தில் ஏற்றி விட்டான். பரமேஸ்வரன், ராஜுவிடம் போயிட்டு வரேன் அண்ணா என கூறிவிட்டு டாடா காட்டினான். பேருந்து திண்டுக்கல்லில் இருந்து புறப்பட்டது.

திண்டுக்கல், கரூர், நாமக்கல், சேலம், தருமபுரி, கிருஷ்ணகிரி, ஓசூர் போன்ற நகரங்களைத் தாண்டி காலை 10 மணி அளவில் பேருந்து பெங்களூரு மாநகரினை அடைந்தது. பேருந்தில் வரும்

பொழுது பரமேஸ்வரன் தூங்கிக் கொண்டே வந்தான். அவன் கண்கள் தான் தூங்கியதே தவிர, அவனது மனது தூங்கியதா? இல்லையா? என்பது தெரியவில்லை. பெங்களூருவில் தனது முதல் காலடியை எடுத்து வைக்கின்றான் பரமேஸ்வரன். பெங்களூரு மாநகரினை முதல்முறையாக பார்க்கின்றான் நன்கு மூச்சை இழுத்து விடுகிறான். பின்னர் தனக்கு வேலை கிடைத்த நட்சத்திர விடுதியை நோக்கி நடந்து சென்றான்.

“HOTEL ???? GOLDEN” என்ற பெயர் பலகையை பார்த்தான் பரமேஸ்வரன். இதுதான் தான் வேலை செய்யப்போகும் நட்சத்திர விடுதி என கண்டுகொண்டான். நட்சத்திர விடுதியின் உள்ளே சென்று, அலுவலகத்தில் தான் புதியதாக வேலைக்கு வந்து இருப்பதாக அலுவலக மேலாளரிடம் கூறி தனது கோப்புகளை காட்டிக் கொண்டிருந்தான்.

அலுவலக மேலாளர், நீங்கள் நாளையிலிருந்து பணியில் சேர்ந்து விடுங்கள் பரமேஷ் எனக் கூறினார்.

பின்னர் பரமேஸ் அலுவலக மேலாளரிடம் இருந்து விடைபெற்று, நட்சத்திர விடுதியில் பணிபுரியும் வேலை ஆட்களின் தங்கும் விடுதிக்கு சென்றான்.

அங்கு உள்ளவர்கள் பரமேஷை பார்த்து,

வாங்க வாங்க புதுசா வேலைக்கு வந்து இருக்கீங்களா? என கேட்டனர்.

ஆமாம், என கூறிவிட்டு தனது அறையினுள் சென்று பொருட்களை வைத்து விட்டு, குளிக்கச் சென்றான் பரமேஸ்வரன். குளித்து முடித்துவிட்டு பணியாட்களின் உணவகத்திற்கு சென்று மதிய உணவு அருந்தினான். பின்னர் பொறுமையாக அந்த பிரமாண்ட நட்சத்திர விடுதியை சுற்றி பார்க்க கிளம்பினான்.

அந்த பிரமாண்ட நட்சத்திர விடுதியில் தரைத்தளத்தில் வரவேற்பறை, அலுவலகமும் காணப்பட்டது. முதல் தளத்தில் ராஜ உணவகம், இரண்டாம் தளத்தில் உடற்பயிற்சிக்கூடம், மூன்றாம் தளத்தில் இருந்து தங்கும் அறைகள், வெளியில் நீச்சல்குளம், மது அருந்தும் இடம் போன்றவை காணப்பட்டது. இதையெல்லாம் சுற்றிப் பார்க்கவே நமது பரமேஸ்வரனுக்கு இரவு நேரம் ஆகிவிட்டது. பின்னர் இரவு உணவை முடித்து விட்டு, தனது அறைக்குச் சென்று தூங்கி விட்டான் நமது பரமேஸ்வரன்.

அடுத்த நாள் பொழுது விடிந்தது. பரமேஸ்வரன் தனது முதல் நாள் பணிக்குச் செல்வதற்காக தயாராகிக் கொண்டிருந்தான். அதே விடுதியில் வேலை செய்யும் இன்னொரு நபர் பரமேஸ்வரனிடம் வந்து,

நண்பரே இந்தாங்க, வாங்கிக்கோங்க, உங்களது நமது நட்சத்திர விடுதியின் சீருடை என கொடுத்தார் .

பளிச்சிடும் வெண்மை நிறத்தில் அந்த சீருடையானது காணப்பட்டது.அந்த சீருடையில் பரமேஸ்வரனின் பெயர் பொறிக்கப்பட்டிருந்தது. அந்த சீருடையை ஒருமுறை முகர்ந்து பார்த்துவிட்டு, அணிந்துகொண்டான் பரமேஸ்வரன்.

பின்னர் நட்சத்திர விடுதியின் அலுவலகத்திற்கு சென்று மேலாளரை சந்தித்தான் பரமேஸ்வரன்.

“குட் மார்னிங் சார்.”

“யா, வாங்க மிஸ்டர் பரமேஷ்.”

“சார் எனக்கு என்ன டூட்டி?”

“நீங்க B.Com., தானே படிசுருகிங்க?”

“ஆமா, சார்.”

“அப்போ உங்களுக்கு அக்கவுண்ட் டிபார்ட்மெண்ட்ல தான் வேலை இருக்கும்.”

“ ஓகே சார்.”

நட்சத்திர விடுதி மேலாளர் சுதீப், பரமேஸ்வரனை அக்கவுண்ட் டிபார்ட்மென்டிற்கு அழைத்துச்சென்றார். அக்கவுண்ட் டிபார்ட்மென்ட் மேலாளர் ஸ்ருத்திக்காவிடம் பரமேஸ்வரனை அறிமுகப்படுத்தினார்.

வெல்கம் பரமேஸ், என ஸ்ருத்திகா கூறினார்.

பின்னர் அக்கவுண்ட்ஸ் டிபார்ட்மெண்ட் எப்படி செயல்படும் என பரமேஸ்வரனிடம் விளக்கி கூறினார், அந்த துறையின் மேலாளர் சுருதிகா.

இப்போது பரமேஸ்வரன் தனக்கென ஒதுக்கப்பட்ட மேசையில் அமர்ந்தான். அவனது மேசையில் ஒரு கணினி, மற்றும் பல கோப்புகள் மேலும் எழுதுகோல்கள் வைக்கப்பட்டிருந்தன. மொத்தம் 30 பேர் அக்கௌண்ட்ஸ் டிபார்ட்மெண்டில் பணிபுரிகின்றனர். அனைவருக்கும் ஒரு கணினி வழங்கப்பட்டுள்ளது. ஒருவழியாக முதல் நாள் வேலையில் உட்கார்ந்து இருக்கிறோம் என மகிழ்ச்சி அடைந்தான் பரமேஷ்.

அவனது மேசைக்கு அருகில் உள்ள மேசையில் ஆட்கள் யாரும் காணவில்லை. மேசையில் பெயர்பலகை மட்டும் வைக்கப்பட்டு இருந்தது, அதில் அனுஷ்கா என எழுதப்பட்டிருந்தது.

பரமேஸ்வரன், நட்சத்திர விடுதியின் முந்தய கால வரவு செலவு கணக்குகளை பார்வையிட்டு கொண்டிருந்தான். அப்பொழுது அவனது பக்கத்து மேசையில் இருந்து ஒரு குரல்,

"ஹலோ மிஸ்டர், ஐ அம் அனுஷ்கா."

" வாட் அபௌட் யு?"

" ஹாய் ,ஐ அம் பரமேஸ். நியூ எம்ப்ளாயி."

" வாவ் அமேசிங். வேர் ஆர் யூ ஃப்ரம்?"

" தமிழ்நாடு."

" ஓ! தமிழ் பையனா?"

" ஆமா. நீங்க?"

" நான் பெங்களூரு தான்."

" அப்புறம் எப்படி தமிழ் பேசுறீங்க?"

"இங்க நிறைய தமிழ் பீப்புள் இருக்காங்க, அவங்க கிட்ட பேசி பேசி கத்துக்கிட்டேன்."

" ஓகே குட்."

" எஸ் யூ கேரி ஆன்."

" ஹேவ் அ நைஸ் டே."

" சேம் டு யு."

"இருவரும் புன்முறுவல் கொண்டனர்."

பரமேஸ்வரனுக்கு முதல் நாள் வேலை நன்றாக சென்றது. வேலையை முடித்து விட்டு தனது அறைக்குத் திரும்பிய உடன் அண்ணன் ராஜூவை தொலைபேசியில் தொடர்பு கொண்டு பேசிக் கொண்டிருந்தான். பின்னர் அம்மாவிடம் முதல் நாள் வேலை எப்படி சென்றது என கூறிக் கொண்டிருந்தான். அரை மணி நேரம் பேசிவிட்டு, இரவு உணவை முடித்து விட்டு தூங்கினான்.

நாட்கள் மெல்ல நகர்ந்தது. நட்சத்திர விடுதியில் பணிபுரியும் அனைவரிடமும் பழக்கமானான் பரமேஸ்வரன். தனது சம்பள பணத்தில் வீட்டிற்கு கொஞ்சம் பணம் அனுப்புவான். அவ்வப்போது விடுமுறை

நாட்களில் ஊருக்கு சென்று வருவான். ஊருக்கு செல்லும் பொழுது தனது அக்கா மகன்களுக்காக நிறைய திண்பண்டங்கள் வாங்கிச் செல்-வான். நண்பர்களை எல்லாம் பார்த்து பேசிவிட்டு வருவான்.

ஒரு நாள் இரவு, வேலையெல்லாம் முடித்துவிட்டு பரமேஸ்வரன் தனது அறையில் கட்டிலில் படுத்திருந்தான். அவனுடைய செல்போன் ஒலித்தது. எடுத்துப் பேசினான்.

“ஹலோ யாரு?”

“நான் தான் பேசுறேன்.”

“நான்னா யாரு?”

“நெஜமா தெரியலையா?”

“தெரியலையே!”

“நடிக்காத பரமேஷ்.”

“ஓ! அனுஷ்காவா?”

“இப்ப எப்படி தெரியுது?”

“அது அப்படிதான்.”

“என்ன பண்ற?”

“படுத்து இருக்கேன்.”

“நீ?”

“சும்மாதான் இருக்கேன்.”

“சொல்லு என்ன விஷயம்?”

“நீ தான் சொல்லணும்.”

“என்ன சொல்லணும்?”

“ஏதாவது சொல்லு.”

“ஏதாவதுனா?”

“டேய், நடிக்காதடா.”

“என்ன நடிக்கிறேன்?”

“உண்மைய சொல்லு, நீ யாரை லவ் பண்ற?”

“நான் யாரையும் லவ் பண்ணல.”

“நிஜமாவா?”

“ஆமா.”

“பொய் சொல்லாத?”

“நிஜமாதான் சொல்றேன்.”

“எல்லாம் எனக்கு தெரியும்!”

“அப்படியா?”

“ஆமா.”

“அப்ப நீயே சொல்லு.”

“முடியாது, நீ தான் முதல்ல சொல்லணும்.”

“ஓஹோ!”

“ஆமா, நீ தான் சொல்லணும்.”

“என்ன சொல்லணும்?”

“காபியில சக்கரை இல்லைன்னு.”

“ஓஹோ! “

“பரமேஷ் உண்மைய சொல்லு நீ என்ன லவ் பண்றா தானே?”

“ஆமா.”

“அப்புறம் ஏன் என்கிட்ட சொல்லவே இல்ல?”

“அப்புறமா சொல்லலாம்னு இருந்தேன்.”

“எப்போ?”

“கொஞ்ச நாள் கழிச்சு.”

“ஓஹோ! எனக்கு தெரியும் நீ என்ன லவ் பண்றேன்னு.”

“எப்படி தெரியும்?”

“உன் கண்ணுல பார்த்தேன்.”

“ஓஹோ! அப்படியா விசயம்.”

“ஆமா.”

“நீ , சொல்லுவ சொல்லுவனு பார்த்தேன். ஆனா சொல்லவே இல்ல, அதனால தான் நானே கேட்டுடடேன்.”

“ஓஹோ! என்றான் பரமேஸ்வரன்.”

ஆமாம், வாசகர்களே இருவரும் ஒருவரை ஒருவர் தங்களை அறி-யாமலேயே காதல் செய்து கொண்டுள்ளனர் . அதை சரியான நேரம் பார்த்து அனுஷ்கா கேட்டுவிட்டாள். இனி பரமேஸ்வரன் என்ன செய்-வானோ?

“ ஹே அழகிய தீயே எனை வாட்டுகிறாயே, ஒரு ஹைகு கவிதை விழிகளில் நீ தான் பாடப்பாட, ஒரு ஹைபர்தென்ஷன் தலைக்கேறுதே” என பாடிக் கொண்டிருந்தான் பரமேஸ்வரன்.

15

கலாபாக் காதலா

அனுஷ்கா, பரமேஸ்வரனிடம் கேட்ட கிடுக்குப்பிடி கேள்விகளால் தனது காதலினை வெளிப்படுத்தி விட்டான். அனுஷ்கா இப்படி கேட்டதும் பரமேஷ்க்கு தலைகால் புரியவில்லை. வானத்தின் உச்சிக்கே சென்று வந்தான். ஆ..... என கத்தினான். அங்கும் இங்கும் ஓடினான். சில நிமிடங்கள் கிறக்கத்தில் இருந்தான். சில நிமிடங்களுக்குப் பின்னர் தெளிவு பெற்றான்.

அனுஷ்கா ஒரு நிமிடம், உன்கிட்ட ஒன்னு சொல்லணும் என்றான் பரமேஸ்வரன்.

என்ன சொல்ல போற?

பரமேஸ்வரன் ஏதோ சொல்ல வாயை திறந்தான்.

இரு, நீ நீதானமா இல்ல, உன் கால் தரையில் படவில்லை, முதல்ல நில்லு அப்புறம் வந்து சொல்லு என அஞ்சான் திரைப்படத்தில் வரும் வசனத்தை பேசினால் அனுஷ்கா.

பரமேஸ்வரனுக்கு, இங்கு தற்போது நடந்தது உண்மையா? கனவா? என சந்தேகம் வந்தது. தனது கையை கிள்ளி பார்த்து விட்டு உண்மை-தான் என்றான்.

மேற்கண்ட செல்போன் உரையாடல்கள் நடந்து முடிய இரவு 12 மணி ஆனது. அந்த கரிய இருட்டிலும் நமது பரமேஸ்வரனின் கண்கள் கொட்ட கொட்ட முழித்துக் கொண்டு இருந்தது. இரவு முழுவதும் நடந்-ததை எண்ணி கொண்டே இருந்தான். அதனால் தனது தூக்கத்தை மறந்து விட்டான் பரமேஸ்வரன்.

அடுத்த நாள் காலையில் சிவந்த கண்களுடன், நட்சத்திர விடுதியின் உள் நுழைந்து, தனது கணக்குப்பதிவியல் துறையை நோக்கி நடந்து சென்று கொண்டிருந்தான். வழியில் அவனை பார்த்தவர்கள் எல்லோரும் ஏன் கண் சிவந்து காணப்படுகிறது என கேட்டனர். இரவு தூங்கவில்லை என்று சொன்னான் பரமேஸ்வரன்.

பரமேஸ்வரன் தனது மேஜையில் அமர்ந்தான். அவனது பக்கத்து மேசையில் அனுஷ்கா அமர்ந்திருந்தாள். பரமேஷ் அவளைப் பார்த்-தான். அவளோ பரமேஸை பார்த்து கண்ணடித்தாள். அந்தக் கண் ஜாடையில் நமது பரமேஸ்வரன் கிறங்கிப் போனான். அனுஷ்காவின் கண்ணில் ஏதோ மாய மந்திரம் இருக்கிறது. அவளது கண்கள் தான் நம்மை இப்படி ஆட்டிப்படைக்கிறது என எண்ணிக்கொண்டான் பரமேஸ்வரன். அவளது கண்களைப் பார்த்து பேசவே பயந்தன். எதர்ச்-சியாக இருவரின் கண்களும் சந்தித்துக் கொள்ளும்போது பரமேஸ்வரன் வசீகரப்படான்.

இரு விழிகள் இடையே யுத்தம் நடந்துகொண்டிருந்த நேரத்தில் அலுவலக மேலாளர் ஸ்ருத்திகா வந்தார். எல்லா திசைகளையும் பார்-வையிட்டுக் கொண்டே வந்தார். பரமேஸ்வரனின் பக்கம் வந்தவுடன்,

“என்ன பரமேஷ், உங்க கண்ணு சிகப்பா இருக்கு?”

“நைட்டு சரியா தூங்களை மேடம்.”

“ஏன் என்னாச்சு?”

“தெரியல மேடம்.”

“மோகினி பிசாசு ஏதாவது பாத்தீங்களா?”

“இல்ல, ஏன் மேடம்?”

“சும்மா கேட்டேன்.”

“பரமேஷ் நீங்க ரொம்ப சிரமப்பட்டு வேலை பார்க்க வேணாம், நீங்க இன்னிக்கி லீவு எடுத்துக்கோங்க. போயி நல்லா தூங்குங்க, மறுபடி நாளைக்கு வாங்க” என்றார் மேலாளர் சுருதிகா.

“சரி மேடம்,” என்று சொல்லிவிட்டு பரமேஸ்வரன் தனது மேஜை-யில் இருந்து எழுந்தான். அனுஷ்காவை பார்த்தான். அவள் சிரித்துக்-கொண்டிருந்தாள்.

மோகினி பிசாசு என்பது இவளைப் போல தான் இருக்குமோ? என எண்ணிக்கொண்டே தனது அறைக்கு சென்று படுத்து தூங்கிவிட்டான்

பரமேஷ். நல்ல தூக்கம் மாலை 6 மணி வரை தூங்கி கொண்டிருந்தான்.

பரமேஸ்வரனுக்கு மெல்ல தூக்கம் கலைய ஆரம்பித்தது. அதேவேளையில் யாரோ அவனை எழுப்பும் சப்தம் கேட்டது. யாரெல்லாம் கண்களைத் துடைத்துக் கொண்டு பார்த்தால் சாக்ஷாத் அது நம்ம அனுஷ்கா தான். பதறிப் போனான் பரமேஸ்வரன்.

“அனுஷ்கா, இங்கே என்ன பண்ற? யாராவது பாத்துரப் போறாங்க.”

“அதெல்லாம் யாரும் பாக்க மாட்டாங்க.”

“ஏன்?”

“இங்க யாரும் இல்ல.”

“ஏன், எல்லாரும் எங்க போய்ட்டாங்க?”

“நம்ம ஹோட்டல்ல ஒரு பெரிய பங்க்ஷன் நடக்குது, எல்லாரும் அங்க டியூட்டிக்கு போயிட்டாங்க.”

“அதனாலதான் தைரியமா இங்கே வந்தியா?”

“ஆமா.”

“சரி, இப்போ எப்படி இருக்கு? கண்ணு சிவந்ததெல்லாம் சரியாயிடுச்சா?”

“ஆம். இப்போ பரவாயில்லை.”

எழுந்து முகம் கழுவி கொண்டு வந்தான் பரமேஸ்வரன்.

இருவரும் சில நிமிடம் பேசிக்கொண்டிருந்தார்கள். பின்னர் அனுஷ்கா கிளம்பி தனது வீட்டிற்கு சென்றாள்.

நாளுக்கு நாள் இருவருக்கிடையேயும் காதல் அதிகரித்துக்கொண்டே சென்றது.

சினிமா, பார்க், பைக்ரைட், என மகிழ்ச்சியாக இருந்தனர். நாட்கள் சென்றது. அனுஷ்கா தனது காதலைப் பற்றி அவளுடைய வீட்டில் சொன்னாள். அனுஷ்காவின் வீட்டார் ஒப்புதல் அளித்தனர். பரமேஸ்வரனை ஒருநாள் வீட்டிற்கு அழைத்து வரச் சொன்னார்கள்.

அனுஷ்கா, பரமேஸ்வரனிடம் இணை தெரிவித்தாள்.

“சரி, எப்போ வரட்டும்?” என பரமேஸ்வரன் கேட்டான்.

“நாளைக்கு வா”, என அனுஷ்கா கூறினாள்.

அனுஷ்கா தனது வீட்டில், நாளை பரமேஸ்வரன் வருவதாக கூறினாள்.

அடுத்த நாள் காலையில் பரமேஸ்வரன், டிப்டாப்பாக கிளம்பி அனுஷ்காவின் வீட்டிற்கு சென்றான். அனுஷ்காவின் வீட்டார்கள் அவனை வரவேற்றார்கள். அனுஷ்கா, பரமேஸ்வரனுக்கு ஆப்பிள் ஜூஸ் கொண்டு வந்தாள். அனுஷ்காவின் அப்பா, பரமேஸ்வரனை பற்றியும் அவன் குடும்பத்தைப் பற்றியும் கேட்டு தெரிந்து கொண்டார். அனுஷ்காவின் வீட்டாருக்கு பரமேஸ்வரனை பிடித்துவிட்டது. சிறிது நேரம் பேசிக்கொண்டிருந்துவிட்டு உணவு அருந்தினர்.

அனுஷ்காவின் அம்மா கல்யாணப் பேச்சை எடுத்தார்.

எங்களுக்கு இருக்கிறது ஒரே பொண்ணு, அவ சந்தோசம் தான் எங்க சந்தோஷம் என கூறினார் அனுஷ்காவின் அப்பா.

கல்யாணத்தைப் பத்தி உங்க வீட்டில பேசிட்டு சொல்லுங்க என்றார் அனுஷ்காவின் அம்மா.

இல்ல ஆன்ட்டி, எங்க வீட்டுல இதை பத்தி சொன்னா வேற மாநிலத்து பொண்ணு, அது இதுன்னு சொல்லுவாங்க. நாங்க கல்யாணம் பண்ணிக்கிட்டு அங்க போனா எங்களை ஏத்துக்குவாங்க என பரமேஸ்வரன் கூறினான்.

இதனை அனுஷ்காவின் பெற்றோர்கள் ஒத்துக் கொள்ளவில்லை. பரமேஸ்வரன் ஏதேதோ சொல்லிப் பார்த்தான். அப்போதும் அவர்கள் சமாதானம் ஆகவில்லை. இரண்டு குடும்பத்திற்கும் தெரிஞ்சுதான் இந்த கல்யாணம் நடக்கணும் என் கண்டிப்பாக கூறிவிட்டனர் அனுஷ்காவின் பெற்றோர்கள்.

பரமேஸ்வரனுக்கு என்ன சொல்வது என்று தெரியவில்லை. சரி, நான் எங்கள் வீட்டில் பேசிட்டு சொல்றேன் என கூறிவிட்டு பரமேஸ்வரன் அங்கிருந்து கிளம்பினான். அனுஷ்கா அவனை ஏக்கத்துடன் பார்த்தாள். பரமேஸ்வரன் கண்ணில் ஏதோ ஜாடை செய்தான்.

பரமேஸ்வரன் அவனது வீட்டில் இதைபற்றி எதுவும் பேசவில்லை. இதனால் அனுஷ்காவின் வீட்டில் திருமணத்திற்கு ஒத்துக் கொள்ளவில்லை. பரமேஸ்வரனும் அனுஷ்காவும் வேறு ஒரு திட்டம் போட்டார்கள். முதலில் இருவரும் பெங்களூரில் இருந்து சென்னைக்கு சென்று வேலை தேடிக் கொண்டார்கள். அங்கேயே ஒரு வீடும் வாடகைக்கு பார்த்துக் கொண்டார்கள். பின்னர் பெங்களூரு திரும்பி வழக்கம்போல் வேலையைப் பார்ப்பார்கள். சரியாக பத்து நாட்கள் கழித்து, பெங்களூரு நகர நெய்விட்டு சென்னையை நோக்கி இருவரும் புறப்பட்டனர். உடன்

அவர்களது நண்பர்களும் வந்தனர். புதன்கிழமை காலையில் வடபழனி முருகன் கோவிலில் திருமணம் நடந்தது. நண்பர்கள் அவர்களை ஆசீர்வாதம் செய்தனர். பின்னர் அங்கிருந்து அவர்கள் வாடகைக்கு பார்த்த வீட்டை நோக்கிப் புறப்பட்டனர்.

வீட்டிற்கு சென்றவுடன் பால் காய்ச்சினர். நண்பர்கள் எல்லோரும் சேர்ந்து சமையல் செய்தார்கள். கல்யாண விருந்து வீட்டில் நடைபெற்றது. ரேடியோவில் பாடல் போட்டுவிட்டு மணமகனையும், மணமகளையும் ஆடச் சொன்னார்கள் நண்பர்கள். தம்பதிகள் மெல்லிசை பாடலுக்கு அழகாக நடனம் ஆடினார்கள். மாலை நேரம் அனைவரும் திரைப்படம் பார்க்கச் சென்றார்கள். படம் முடிந்து வெளியில் வந்ததும் நண்பர்கள் பெங்களூர் புறப்பட்டு சென்றனர். புதிய தம்பதிகள் இருவரும் வீடு திரும்பினர்.

கல்யாணத்தை கவனித்த பிசியில் நாம் அனுஷ்காவின் பெற்றோரை மறந்து விட்டோம் அல்லவா? வாருங்கள் அங்கே என்ன நிலைமை என்று பார்ப்போம். கண்டிப்பாக அன்றிரவு அவர்கள் அனுஷ்காவை தேடாமல் இல்லை. அனைத்து இடங்களிலும் விசாரித்து பார்த்தார்கள் எதுவும் தெரியவில்லை. அனுஷ்காவிற்கு செல்போனில் தொடர்பு கொள்ள முடியவில்லை. இறுதியாக அனுஷ்கா வேலை செய்த நட்சத்திர விடுதிக்கு சென்று மேலாளர் ஸ்ருத்திகாவிடம் விசாரித்தனர். ஸ்ருத்திகா, அவர்கள் இங்கு இல்லை சென்னை போய் விட்டார்கள். நாளை காலை கல்யாணம் என கேள்வி பட்டேன் என்று கூறினார்.

அனுஷ்காவின் பெற்றோர் வீடு திரும்பினார். மகள் இப்படி செய்ததை எண்ணி வருந்தினார்கள். பின்னர் அவர்களுக்கு ஒரே மகள் என்பதால் அவளது மகிழ்ச்சிதான் தங்கள் மகிழ்ச்சி என எண்ணிக் கொண்டார்கள். இவ்வளவு காலம் தங்கள் கூடவே இருந்து விட்டு இப்போது அவள் இல்லாமல் இருப்பது அவர்களுக்கு கவலையாக இருந்தது. அடுத்த நாள் அனுஷ்காவை தொடர்பு கொண்டார்கள். அனுஷ்கா மன்னிப்பு கேட்டாள். பின்னர் சென்னையில் அவர்கள் வசிக்கும் வீட்டின் முகவரியை கேட்டு அறிந்து கொண்டார்கள் அவளின் பெற்றோர்கள். அன்று மதியமே அனுஷ்காவின் பெற்றோர்கள் சென்னை புறப்பட்டார்கள்.

சென்னையில் அனுஷ்காவும், பரமேஸ்வரனும் குடியிருக்கும் இடம் வேளச்சேரி. அன்று இரவு அனுஷ்காவின் பெற்றோர்கள் அங்கு வந்-

தனர். கட்டி அணைத்துக் கொண்டார்கள் தாயும், மகளும். பின்னர் திரும்பி பெங்களூருக்கே வருமாறு கூறினார்கள். தங்களுக்கு இங்கே கிடைத்திருக்கும் வேலைக்கு அதிக சம்பளம் கிடைப்பதால் இங்கேயே இருப்பதாக கூறினார்கள். சரி, ஆனால் வாரம் ஒருமுறை பெங்களூரு வரவேண்டும் என்று கூறினார்கள் அனுஷ்காவின் பெற்றோர்கள். சரி என தம்பதிகள் தலையை அசைத்தார்கள். அன்று இரவு அங்கு இருந்துவிட்டு காலையில் பெங்களூரு திரும்பினார்கள் அனுஷ்காவின் பெற்றோர்.

தனது பெற்றோர் இங்கே வந்ததை எண்ணி மகிழ்ச்சியாக இருந்தால் அனுஷ்கா.

பரமேஷ், நமக்கு கல்யாணம் ஆனத எப்ப உங்க வீட்டில சொல்ல போற என அனுஷ்கா கேட்டாள்.

அத நான் பார்த்துக்கிறேன், என சொன்னான் பரமேஸ்வரன்.

இருவரும் ஒன்றாக அமர்ந்து கொண்டு, கைகள் கோர்த்து கொண்டிருந்தார்கள். அழகிய இரவு நேரமது, வானில் விண்மீன்கள் ஜொலித்துக்கொண்டிருந்தன. சந்திரனோ பகலில் சூரியன் எவ்வாறு தனது கதிர்களை வீசுமோ, அதே அளவிற்கு இரவில் சந்திரன் தனது கதிர்களை உலகம் முழுவதும் பரவிக் கொண்டிருந்தது. இந்த காட்சியை இருவரும் மொட்டை மாடியில் நின்றபடி ரசித்துக்கொண்டிருந்தார்கள்.

“அனுஷ்கா, இன்னைக்கு நிலா ஏன் கொஞ்சம் மங்கலாக தெரியுது என்று தெரியுமா?”

“தெரியலையே.”

“ஏன்னா அந்த நிலாவுக்கு போட்டியா உன் முகம் இருக்குது அதனாலதான்.”

ஓ, அப்படியா?

ஆமா.

இவ்வாறு அவர்கள் பேசிக் கொண்டிருக்கையில், பரமேஸ்வரனின் தொலைபேசி ஒலித்தது. ராஜு அண்ணா என பெயர் திரையில் வந்தது. செல்போனை எடுத்துக்கொண்டு போய் பரமேஸ்வரனிடம் கொடுத்தாள் அனுஷ்கா.

என்னடா பரமேஷ் ரெண்டு நாளா போனே காணோம்? என்னாச்சு? என கேட்டான் ராஜு.

ஒன்னும் ஆகல அண்ணா, சென்னைக்கு வந்துட்டேன்.

ஏண்டா?

எங்க ஹோட்டல்ல வேலை எனக்கு இங்க மாத்திட்டாங்க என கூறினான் பரமேஸ்வரன்.

சரிடா. என்ன பண்ற?

ரூம்ல இருக்கேன்.

சரிடா. சாப்பிட்டுட்டு தூங்கு, காலையில அம்மாவ பேச சொல்கிறேன் என்றான் ராஜு.

முழு பூசணிக்காயை சோற்றில் மறைத்துவிட்டான் பரமேஸ்வரன்.

16

மகா நடிகன்

கடந்த அத்தியாயத்தில் நாம் பரமேஸ்வரனுக்கு எவ்வாறு திருமணம் ஆனது என்பதை பற்றியும், தனக்கு திருமணமானதை எவ்வாறு தனது வீட்டிற்குத் தெரியாமல் லாவகமாக செல்போனில் பேசினாள் என்பதை பற்றியும் பார்த்தோம். இனி மேலும் என்ன நடக்கிறது என கவனிப்போம் வாருங்கள்.

பரமேஸ்வரனும், அனுஷ்காவும் வழக்கம்போல் பணிக்கு சென்று கொண்டிருந்தார்கள். வாரம் ஒரு முறை அனுஷ்காவின் சொந்த ஊரான பெங்களூருக்கு சென்று வந்தார்கள். அவர்களது வாழ்க்கை நல்லபடியாக சென்று கொண்டிருந்தது. அனுஷ்காவும், அவளது பெற்றோர்களும் அடிக்கடி பரமேஸ்வரனிடம் எப்போது திருமணம் ஆன விஷயத்தை உங்கள் வீட்டில் சொல்லப் போகிறீர்கள் என கேட்பார்கள். பரமேஸ்வரன் ஏதாவது ஒரு விஷயத்தை சொல்லி சமாளித்துக் கொண்டு வந்தான். ஒருநாள் அனுஷ்கா, பரமேஸ்வரனிடம் தான் கர்ப்பமாக இருப்பதாக தெரிவித்தாள். பரமேஸ்வரன் அவளை அணைத்து நெற்றியில் முத்தமிட்டான். அனுஷ்காவை தூக்கிக்கொண்டு வீட்டினுள் சென்றான். அன்று இரவு முழுவதும் இருவரிடயே காதல் மழை சரமாரியாக பொழிந்தது.

அனுஷ்கா தான் கர்ப்பமாக இருக்கும் விஷயத்தை தனது பெற்றோர்களிடம் தெரிவித்தாள். அவர்கள் மிகவும் மகிழ்ச்சி அடைந்தார்கள். அடுத்த நாளே பழங்கள், தின்பண்டங்கள் ஆகியவற்றை பை நிறைய வாங்கிக் கொண்டு அனுஷ்காவை பார்க்க சென்னை வந்தார்கள்.

அனுஷ்காவின் தாயார் கர்ப்பிணிப் பெண் எவ்வாறு நடக்க வேண்டு-மென வும், என்ன சாப்பிட வேண்டும், எவ்வாறு உடற்பயிற்சி செய்ய வேண்டும் என கூறிக்கொண்டே இருந்தார். அனுஷ்காவின் தகப்பனார் பழங்களை உரித்து ஜூஸ் போட்டு அனுஷ்காவிடம் கொடுத்து குடிக்கச் சொன்னார்.

பரமேஸ்வரனிடம், அனுஷ்காவை நல்லபடியாக பார்த்துக் கொள்ளு-மாறு கூறினார்கள். மெல்ல நாட்கள் நகர்ந்தது. அனுஷ்காவிற்கு அலு-வலகத்தில் இருந்து விடுமுறை அளித்தார்கள். அனுஷ்காவின் பெற்-றோர்கள் அடிக்கடி சென்னைக்கு வந்து அனுஷ்காவையும், பரமேஸ்வ-ரனும் பார்த்து விட்டு செல்வார்கள். வளைகாப்பு பற்றிய பேச்சு எழுந்தது. பரமேஷ், இப்போதாவது இந்த விஷயத்தை பற்றி உங்கள் வீட்டில் சொல்வீர்களா? என அனுஷ்காவின் பெற்றோர் கேட்டார்கள். இப்போ-தைக்கு வேண்டாம் குழந்தை பிறந்த பிறகு சென்றால் ஏற்றுக் கொள்-வார்கள். இல்லை எனில் என்னை ஒரு வழி ஆக்கி விடுவார்கள் என பரமேஸ்வரன் கூறினான்.

வளைகாப்பு ஏற்பாடுகள் நடைபெறத் தொடங்கின. பத்திரிக்கை அடித்தார்கள். உறவினர்களை அழைத்தார்கள். வளைகாப்பு விழாவா-னது பெங்களூருவில் உள்ள பெரிய திருமண மண்டபத்தில் நடை-பெற்றது. பரமேஸ்வரன் மற்றும் அனுஷ்காவின் நண்பர்கள் விழாவிற்கு வந்திருந்தார்கள். அனுஷ்காவின் முகத்தில் மஞ்சள் பூசி, கையில் வளையல் போட்டு விட்டார்கள். வளைகாப்பு விழாவிற்கு வந்திருந்த உறவினர்கள் மாப்பிள்ளை வீட்டில் யாருமே வரலையோ? என்னாச்சு? ஏதாவது பிரச்சினையா? என சரமாரியான கேள்விகளை அனுஷ்காவின் பெற்றோரிடம் கேட்டார்கள். அவர்களுக்கு பதில் சொல்லவே நேரம் போதவில்லை என்றால் பார்த்துக் கொள்ளுங்களேன்.

ஒருவழியாக வளைகாப்பு விழா நல்லபடியாக நடந்து முடிந்தது. அனுஷ்கா பெங்களூருவில் லேயே இருந்தாள். பரமேஸ்வரன் மட்டும் சென்னைக்குத் திரும்பி வேலைக்கு சென்று கொண்டிருந்தான். திடீரென ஒரு நாள் விடியற்காலையில் அவன் தூங்கிக் கொண்டிருக்கும்போது அவனது செல்போன் ஒலித்தது. மாப்பிள்ளை உங்களுக்கு பொண்ணு பிறந்து இருக்கா என அனுஷ்காவின் அம்மா கூறினார். பரமேஸ்வரன் இது கனவு என நினைத்துக் கொண்டிருந்தான். சில நிமிடத்திற்கு பிறகு தான் அது உண்மை என அவனுக்கு புரிந்தது. பின்னர் அவசர அவச-

ரமாக கிளம்பி பேருந்தில் ஏறி பெங்களூருவுக்கு புறப்பட்டான். மருத்துவமனைக்கு சென்று அவசரமாக மிகவும் வேகமாக பிரசவ பகுதியை நோக்கி ஓடினான். அங்கு வெளியில் அனுஷ்காவின் தந்தை அமர்ந்திருந்தார். அவரிடம் நடந்ததை விசாரித்தான் பரமேஸ்வரன். பின்னர் சிறிது நேரம் கழித்து அனுஷ்காவின் தாயார் உள்ளிருந்து வெளியே வந்தார். அத்தை, அனுஷ்கா எப்படி இருக்கா? குழந்தை எப்படி இருக்கா? என பரமேஸ்வரன் கேட்டான். ரெண்டு பேருமே ரொம்ப நல்லா இருக்காங்க என அவருக்கு கூறினார். மிகவும் ஆர்வத்துடன் தனது இரண்டு கண்களையும் பார்ப்பதற்காக காத்துக் கொண்டிருந்தான். செவிலியர் அறையில் இருந்து வெளியில் வந்து ஒவ்வொருவராக உள்ளே சென்று குழந்தையை பாருங்கள் என கூறினார். பரமேஸ்வரன் உடனடியாக உள்ளே சென்று பார்த்தான். அனுஷ்காவின் கன்னத்தில் முத்தமிட்டான். குழந்தையிடம் கொஞ்சலாக பேசினான். மருத்துவமனையில் ஐந்து நாட்கள் இருந்தார்கள்.

ஐந்து நாட்கள் கழித்து வீடு திரும்பினார்கள். அனுஷ்காவின் தாயார் அனுஷ்காவிற்கு பணிவிடை செய்தாள். பெண் குழந்தைக்கு செரின் என பெயர் வைத்தார்கள். நாட்கள் மிகவும் விரைவாக ஓடின. செரினுக்கு ஒரு வயது ஆனது. அதுவரை தனது தாத்தா வீட்டிலேயே வளர்ந்தாள் செரின். தற்போது அனைவரும் சென்னைக்கே கிளம்புகின்றனர். அனுஷ்கா ஒரே பெண் என்பதால் அவளின் பெற்றோர்கள் இனி தங்களது கடைசி காலத்தை அனுஷ்காவுடன் மற்றும் தங்களது பேரக் குழந்தைகளுடனும் கழிக்க விரும்பினார்கள். ஆகையால் பெங்களூருவில் உள்ள தங்களது வீட்டை விற்றுவிட்டு சென்னையில் புது வீடு கட்டினார்கள். அந்த வீட்டில் குடியேறுவதற்காகதான் இப்போது அவர்கள் சென்னை செல்கிறார்கள்.

தங்கள் புதிய வீட்டில் வந்து குடியேறி விட்டார்கள். அன்று இரவு பரமேஸ்வரனின் செல்போன் ஒலித்தது. பரமேஸ்வரன் செல்போனை எடுத்து காதில் வைத்தான். ஒரு நிமிடம் அமைதியாக இருந்தான். பின்னர் கண்ணீர் விட்டுக் கதறி அழுதான். என்னவென்று புரியாமல் மற்றவர்கள் திகைத்து நின்றார்கள். என்ன ஆச்சு? என அனுஷ்காவும் அழுது கொண்டே கேட்டாள். என் அப்பா இறந்துவிட்டார் என கூறினான் பரமேஸ்வரன். அனைவரும் கண்ணீர் விட்டனர். வாங்க எல்லோரும் இப்போது போகலாம் என அனுஷ்காவின் தந்தை கூறினார். இல்ல

மாமா வேண்டாம். நான் மட்டும் போறேன். அங்கே இப்போ என்ன நிலைமை என்று பார்த்துவிட்டு வருகிறேன். அப்புறமா நாம போகலாம் என பரமேஸ்வரன் கூறினான். அனைவரும் சரி என்றார்கள்.

அன்று இரவு சென்னையில் இருந்து கிளம்பி அடுத்த நாள் காலையில் சின்னாளபட்டி வந்து அடைந்தான் பரமேஸ்வரன். வீட்டின் முன் அனைவரும் கதறி அழுது கொண்டிருந்தார்கள். அதை பார்த்த பொழுது பரமேஸ்வரனின் கண்ணில் கண்ணீர் மழையாகப் பொழிந்தது. மெல்ல நடந்து அருகில் வந்தான். அவனின் அம்மா காத்தாயி அவனை கட்டிக்கொண்டு அழுதாள். ராஜு மற்ற வேலைகளை கவனித்துக் கொண்டிருந்தான். ஜெயந்தி மற்றொருபுறம் அழுது கொண்டிருந்தாள். சூர்யாவும் அவனது தம்பியும் ஒரு மூலையில் அமர்ந்து இருந்தார்கள். இறுதிச் சடங்கிற்கான வேலை நடந்தது. கண்ணப்பனின் உடலை தூக்கிக் கொண்டு மயானத்தை நோக்கிச் சென்றார்கள். பரமேஸ்வரனுக்கு மொட்டை அடித்தார்கள். பின்னர் பானையில் நீரை நிரப்பி மூன்று சுற்று சுற்றி வரச் சொன்னார்கள். பின்னர் உடலை அடக்கம் செய்தார்கள். பதினாறாம் நாள் காரியம் முடியும் வரை பரமேஸ்வரன் வீட்டிலேயே இருந்தான். அவ்வப்போது யாரோ ஒருவர் அவனிடம் அடிக்கடி செல்போனில் பேசிக் கொண்டிருப்பதைக் கவனித்தாள் காத்தாயி. யாரிடம் பேசிக் கொண்டிருக்கிறாய் என அவனிடம் கேட்டபோது, எங்க ஹோட்டல் மேனேஜர் என கூறி சமாளித்தான் பரமேஸ்வரன். உண்மையில் அவன் பேசிக் கொண்டிருந்தது அனுஷ்காவிடம்.

பதினாறாம் நாள் காரியம் முடிந்தவுடன் அடுத்த நாளே சென்னையை நோக்கி புறப்பட்டான் பரமேஸ்வரன். அவன் வீட்டிற்கு வந்தவுடன் அனுஷ்கா அவனை கட்டி அணைத்துக் கொண்டு அழுதாள். பின்னர் அவனை அமர வைத்தார்கள். நடந்தவற்றை விசாரித்தார்கள். நாம் ஆரம்பகட்ட அத்தியாயத்தில் பார்த்தோம் அல்லவா? அதாவது ராஜுவிற்கும், கண்மணிக்கும் திருமணமாகும் முன்னர் கண்ணப்பன் இறந்த கதை. அதை சொல்லி முடித்தான் பரமேஸ்வரன். மற்ற அனைவரும் எங்களை தான் வரவிடாமல் தடுத்து விட்டாயே என தொண்டை அடைத்தவாறு கூறினார்கள். பின்னர் பரமேஸ்வரனை சாப்பிட வைத்தார்கள்.

நாட்கள் வாயு வேகம் மனோ வேகமாக சென்றது. ஷெரின் தனது வாயிலிருந்து அப்பா, அம்மா என அப்போதுதன் பேச ஆரம்பித்திருந்-

தாள். அனுஷ்கா குழந்தையை பார்த்துக் கொண்டு வீட்டிலேயே இருந்தாள். பரமேஸ்வரன் மட்டும் வேலைக்கு சென்று கொண்டிருந்தான். ஒரு நாள் பரமேஸ்வரன் வழக்கம் போல் வேலைக்கு சென்று கொண்டிருந்தான். செல்லும் வழியில் நான்கு இளைஞர்கள் ஒரு இளம் பெண்ணை பலவந்தமாக இழுத்துக் கொண்டு போனார்கள். காப்பாத்துங்க, காப்பாத்துங்க என அந்த இளம் பெண் கதறிக் கொண்டிருந்தாள். அது ஒரு பாழடைந்த பங்களா உள்ள பகுதி. ஆகையால் அங்கு மக்கள் நடமாட்டம் அதிகம் காணப்படுவதில்லை. இதனைப் பார்த்த பரமேஸ்வரன் அதிர்ச்சியடந்தான். என்ன செய்வது என்று தெரியாமல் முழித்தான். அவனுடைய கை, கால்கள் நடுங்கியது. பின்னர் காவல் நிலையத்தை தொடர்பு கொண்டான். காவல்துறையினர் உடனடியாக அங்கு வருவதாக கூறினார்கள். பரமேஸ்வரன் காத்திருந்து காத்திருந்து கடுப்பாகினான். பின்னர் அவனே அந்த பாழடைந்த பங்களாவில் உள்ளே நுழைந்தான். சுற்றும் முற்றும் பார்த்தான் யாரையும் காணவில்லை. மேலும் உள்ளே நடந்து சென்றான். அந்த இளம்பெண் கதறும் சத்தம் கேட்டது. டேய் என்னடா பண்ணுறீங்க? என கேட்டுக்கொண்டே உள்ளே போனான் பரமேஸ்வரன். அந்த கொடூர மிருகங்கள் அந்த இளம்பெண்ணை சீரழித்துக் கொண்டு இருந்தார்கள். அவர்களில் ஒருவன் டேய், யாருடா நீ என கேட்டுக்கொண்டே பரமேஸ்வரனிடம் வந்தான். இங்கெல்லாம் வராத உன் வேலையை பாத்துக்கிட்டு போடா நாயே என்றான் அந்த கொடூரன். டேய் பாவம் டா விட்டுருங்கடா என்று கூறினான் பரமேஸ்வரன். அந்தக் கொடூர மிருகங்களில் ஒருத்தன் வந்து பரமேஸ்வரனை கன்னத்தில் ஓங்கி ஒரு அறை விட்டான். அதே நேரத்தில் காவலர்களும் அங்கே உள்ளே வந்தார்கள். சுற்றி வளைத்து அந்த மூடர்களை பிடித்துவிட்டார்கள் காவல்துறையினர். அந்த இளம் பெண்ணை காப்பாற்றி மருத்துவமனையில் அனுமதித்தார்கள். அந்தக் கொடிய மிருகங்களின் ஒருத்தன் வெளியில் வந்து உன்ன பாத்துக்கிறேன் என ஆக்ரோஷமாக பரமேஸ்வரனை பார்த்து கூறினான். காவலர்கள் அவனை மண்டையில் ஒரு அடி போட்டு பிடித்துக் கொண்டுபோய் காவல்நிலையத்தில் அடித்தார்கள்.

பரமேஸ்வரன் அன்று வேலைக்கு செல்லவில்லை. இந்த சம்பவம் நடந்து முடிந்த உடனே அவன் நேராக வீட்டிற்கு திரும்பினான். ஏன் திரும்ப வந்துட்டீங்க? வேலைக்கு போகலையா? உடம்பு சரி இல்-

லையா என அனைவரும் கேட்டார்கள். பரமேஸ்வரன் அங்கு நடந்த சம்பவத்தை தெளிவாக விளக்கிக் கூறினான். ஏன் பரமேஷ் இந்த தேவையில்லாத வேலை? என அனுஷ்காவின் தகப்பனார் கேட்டார். இனி நீங்க இங்க இருந்தா சரிப்பட்டு வராது. நீங்க உடனே உங்க ஊருக்கு கிளம்புங்கள் மாப்பிள்ளை என அனுஷ்காவின் தாயார் கூறி-னார். பரமேஸ்வரன் மறுத்தான். ஏங்க நமக்காக இல்லைன்னாலும் செரி-னுக்காகவாவது நம்ம இங்க இருந்து கிளம்பனும் என்றாள் அனுஷ்கா. குழந்தைக்காகவாவது நீங்க எங்க இருந்து கிளம்பும் என்று அனுஷ்-காவின் அப்பா கூறினார். பின்னர் சரி என்று ஒத்துக் கொண்டான் பரமேஸ்வரன். அன்று இரவே குழந்தையை தூக்கிக்கொண்டு சின்னா-ளப்பட்டி கிளம்பினார்கள் தம்பதிகள்.

இரவு முழுவதும் பயணம் செய்து காலையில் தனது சொந்த ஊரான சின்னாளப்பட்டி அடைந்தான் பரமேஸ்வரன். தனது மனைவியுடன் குழந்தையை தூக்கிக் கொண்டு வீட்டை நோக்கி நடந்து சென்றான். வழியில் அவனது ஊர்க்காரர்கள் இது யார் என பரமேஸ்வரனிடம் விசாரித்தார்கள். ஆனால் அவன் யாரிடமும் வாயை திறக்கவில்லை. நேராக வீட்டிற்கு வந்தான். காத்தாயி அடுப்பில் சமையல் செய்து கொண்டிருந்தாள். ராஜு குளித்துக் கொண்டிருந்தான். கண்மணி கல்-லூரிக்கு செல்வதற்காக ஆயத்தமாகிக் கொண்டிருந்தாள். பரமேஸ்வரன் தன்னுடன் ஒரு பெண்ணையும் மற்றும் குழந்தையும் அழைத்து வந்து இருப்பதை பார்த்து அனைவரும் அதிசயித்தார்கள். பின்னர் இவள் யாரென காத்தாயி பரமேஸ்வரனிடம் கேட்டாள். இது என் பொண்டாட்டி என சொன்னான். இது என்னுடைய குழந்தை என கூறினான் பரமேஸ்-வரன். என்னடா சொல்லுற உண்மையாவா? என ராஜு கேட்டான். ஆமா உண்மைதான் என பரமேஸ்வரன் கூறினான்.

கிராமப் பகுதிகளில் இதுபோன்ற கலப்பு திருமணம் செய்து கொண்-டால் எவ்வாறு எல்லாம் பேசுவார்கள் என நான் சொல்லி வாசகர்கள் அறிய வேண்டியதில்லை. அதுதான் அங்கயும் நடந்தது. குழந்தையுடன் வந்து விட்டான் அல்லவா? வேறு இன்றி அவனை ஏற்றுக் கொண்டார்-கள். ஒரு வாரம் முழுவதும் அந்த ஊரில் இதைப் பற்றி தான் பேசிக் கொண்டிருந்தார்கள் மக்கள்.

பரமேஸ்வரா நீ உலகமகா நடிகன்டா. எவ்வளவு நைஸா கல்யாணம் ஆனது, குழந்தை பிறந்தது எல்லாத்தையும் மறைச்சிட்ட, நீ பெரிய

ஆளுதான்ப்பா என ஊர்க்காரர்கள் எண்ணிக் கொண்டார்கள்.

17

போலிப் போராளிகள்

கடந்த அத்தியாயத்தில் பரமேஸ்வரன் சென்னையில் இருந்து கிளம்பி சின்னாளப்பட்டி வந்ததையும், ஊரார்கள் அவனின் இந்த அதிசய கல்யாணம் மற்றும் குழந்தையுடன் வந்ததை பற்றியும் பலவிதமாக ஊர்க்காரர்கள் பேசிக் கொண்டிருந்ததை பார்த்தோம். இனி மேலும் என்ன நடக்கிறது என்று கவனிப்போம் வாருங்கள் கதைக்குள் செல்வோம்.

கண்மணி மற்றும் ராஜுவிற்கு கல்யாணம் ஆகி வேலன் பிறந்த பின்பு தான் பரமேஸ்வரன் தனது மனைவி மற்றும் குழந்தையுடன் ஊர் திரும்பினான். ஒரு நாள் கண்மணி கல்லூரி பேருந்தை தவற விட்டு விட்டாள். ஆகையால் ராஜு அவளை வண்டியில் ஏற்றுக் கொண்டு போய் கல்லூரியில் விட்டு விட்டு வந்தான். வரும் வழியில் ராஜுவின் உறவினர் ஒருவர் வழியில் குறுக்கிட்டார். அவர் ராஜுவை தேக்கி, என்ன ராஜு, பரமேஷ் இப்படி பண்ணிட்டான்? இது சரியா? ஒத்து வருமா? பணத்த கிணத்து கொடுத்து அந்த பொண்ண அனுப்ப பாருங்க என்றார். ஐயா சாமி நீங்க தயவு செஞ்சு கிளம்புறீங்களா? என்றான் ராஜு. இந்த காலத்துலயும் இந்த மாதிரி வெறி பிடித்து ஆளுங்க இருக்க தான் செய்கிறார்கள். இவனுங்களை எல்லாம் கழுவில் ஏத்தினால் தான் சரிவரும் என்று ராஜு தனது மனதில் எண்ணிக் கொண்டு, வண்டியை எடுத்துக்கொண்டு வேலைக்கு சென்றான்.

பரமேஸ்வரன், அனுஷ்கா, ஷெரின் ஆகிய மூவரும் ஊருக்கு வந்த நாளிலிருந்து இதுவரை வீட்டை விட்டு அவர்கள் வெளியில் வரவில்லை. இதனைக் கண்ட கண்மணி, "என்ன பரமேஷ் படிச்ச நீங்களே இந்த ஊர்கார நாய்களை கண்டு பயப்படலாமா? இவனுங்க எல்லாம் வெட்டி பேச்சு தான் ஆவானுங்க. காரியத்துக்கு ஆகமாட்டார்கள். பரமேஷ் நீங்க ஒரு உண்மையை புரிஞ்சுக்கணும். இங்க நாங்க தான் சாதிய காப்பாத்த போறம், தீய சக்திகளிடமிருந்து சாதியை காக்க வந்த போராளிகள் நாங்கள் என நெஞ்சை நிமித்து கொண்டு பேசும் எல்லோருமே போலி போராளிகள் தான். தங்களுடைய சுய லாபத்திற்காகவே அப்படி மூச்சடைக்க பேசுகிறார்கள். ஆனால் அவர்கள் சாதிக்காக செய்த காரியம் ஒன்றுமே இருக்காது. அதெல்லாம் விட்டு தள்ளுங்க பரமேஷ், வீட்டுக்குள்ளேயே அடைஞ்சு கடக்காதீங்க சாதாரணமா எப்பவும் போல வெளியில் போங்க. அனுஷ்கா நீங்களும்தான் யாருக்காகவும் எதுக்காகவும் பயப்படாதீங்க, உங்க மேல தப்பு இல்லாதவரை."

இதனைத் தொடர்ந்து பரமேஸ்வரன் தனது ஊரில் வெளியில் நடமாட ஆரம்பித்தான். அனுஷ்கா மற்றும் தனது குழந்தையுடன் வீதிகளில் நடந்து வந்தான். ஒரு பத்து நாட்கள் கழித்து அனுஷ்காவின் பெற்றோர்கள் சின்னாளபட்டி வந்தார்கள். வரும் வழியில் நாம் அங்கு சென்றால் என்ன நடக்குமோ என எண்ணிக் கொண்டே வந்தார்கள். ஆனால் அவர்கள் நினைத்தபடி தவறாக ஒன்றும் நடக்கவில்லை. கண்மணி மற்றும் ராஜு அவர்களிடம் நன்றாகவே பேசினார்கள். பரமேஸ்வரன் மற்றும் அனுஷ்கா இங்கே வந்ததிலிருந்து நடந்ததை எல்லாம் தெரிவித்தால் கண்மணி. அனுஷ்காவின் பெற்றோர்கள் கண்மணியை நினைத்து பெருமைப்பட்டார்கள். பின்னர் அனுஷ்காவிடம், இன்னும் கொஞ்ச நாளைக்கு நீங்க சென்னை பக்கம் வரவேண்டாம். இப்போ அங்கு நிலைமை சரியில்லை என்றார்கள் அவர்கள். என்னாச்சு? என்று அனுஷ்கா கேட்டாள். அதெல்லாம் உனக்கு எதுக்கு? இப்போதைக்கு வராதீங்க அவ்வளவுதான் சொல்ல முடியும், என்றார் அனுஷ்காவின் தாயார். சரி என்று தலையசைத்தார்கள் அவர்களின் மகள் மற்றும் மருமகனும். இரண்டு நாட்கள் தங்கிவிட்டு அவர்கள் மீண்டும் சென்னை நோக்கி கிளம்பினார்கள்.

காத்தாயி வேலைக்கு செல்லும் இடத்தில், என்னடி காத்தாயி உன் மகன் இப்படி பண்ணிட்டான்? எனக் கேட்பார்கள். அவங்க அவங்க தலைவிதி எப்படியோ அப்படித்தான் என்று பதிலளித்தால் காத்தாயி.

பரமேஸ்வரன் குடும்பம் சின்னாளப்பட்டி வந்து ஒரு மாதம் ஆகிவிட்-டது. ராஜுவின் குடும்பமும் அவர்களும் ஒன்றாக ஒரே வீட்டில் வசித்து வந்தார்கள். எவ்வளவு நாள் தான் வீட்டில் வெட்டியாக இருப்பது? ஏதா-வது வேலைக்கு செல்லலாம் என பரமேஸ்வரன் தீர்மானித்தான். ராஜு-வின் முதலாளியின் மூலம் பரமேஸ்வரனுக்கு திண்டுக்கல்லில் ஒரு நிதி நிறுவனத்தில் வேலை கிடைத்தது. பரமேஸ்வரன் வேலைக்கு சென்று கொண்டிருந்தான். அனுஷ்கா குழந்தையை பார்த்துக் கொண்டு வீட்டில் இருந்தாள். அவர்கள் இருந்த வீடு இரண்டு குடும்பத்திற்கும் போதாது. ஏனெனில் அது மிகவும் சிறிய வீடு. ஆகவே பரமேஸ்வரன் குடும்பம் அதே ஊரில் வாடகைக்கு வேறொரு வீட்டில் குடி பெயர்ந்தார்கள்.

கண்மணியும், ராஜீவும் அவர்களது வீட்டில் வசித்து வந்தார்கள். காத்தாயி இரண்டு வீட்டிலும் இருப்பாள். நாட்கள் மிகவும் விரைவாக ஓடின. கண்மணிக்கு பெண் குழந்தையும் பிறந்து விட்டது. மேலும் நமது பரமேஸ்வரன், அனுஷ்கா தம்பதிக்கும் ஒரு ஆண் குழந்தை பிறந்-தது. அவனுக்கு ஷெர்ஷா என பெயர் வைத்தார்கள். ஆண்டுகள் மிக விரைவாக உருண்டு ஓடின. நான்கு குழந்தைகளும் பள்ளிக்கு சென்று கொண்டிருந்தார்கள்.

ராஜுவும், கண்மணியும் நாம் இருக்கும் வீடு பழைய வீடு ஆகி-விட்டதால் அதனை இடித்துவிட்டு புது வீடு கட்டலாம் என திட்டமிட்டு கொண்டிருந்தார்கள். பரமேஸ்வரன், நாம் இங்கு இருந்தால் பெரிய அளவில் சம்பாதிக்க முடியாது என தீர்மானித்து வெளிநாட்டுக்கு வேலைக்கு செல்வதற்காக ஏற்பாடு செய்து கொண்டிருந்தான். பல நிறு-வனங்களின் நேர்முகத் தேர்வுகளுக்கு சென்று கொண்டிருந்தான். இறு-தியில் அவனுக்கு துபாயில் உள்ள ஒரு தனியார் நிறுவனத்தில் வேலை கிடைத்தது. அனுஷ்காவின் பெற்றோர்கள் சின்னாளப்பட்டிக்கு வந்தார்-கள். நீங்க துபாய் போன பிறகு அனுஷ்கா இங்கே எப்படி குழந்தை-களை வச்சிக்கிட்டு தனியா இருப்பா? அதனால நாங்க அவளையும் குழந்தைகளையும் சென்னைக்கு கூட்டிக்கிட்டு போறோம் என அவர்-கள் கூறினார்கள். பரமேஸ்வரன் அதுவும் நல்ல யோசனை தான் என்று எண்ணிக்கொண்டான். அடுத்த இரண்டு நாட்களில் அனைவ-

ரிடமும் தெரிவித்துவிட்டு மதுரை விமான நிலையத்திலிருந்து துபாய் நோக்கி புறப்பட்டான். அனைத்து குடும்ப உறுப்பினர்களும் அவனை வழி அனுப்பி வைக்க விமான நிலையம் சென்றார்கள். அவனை வழி-யனுப்பி வைத்துவிட்டு அனைவரும் வீடு திரும்பினார்கள். அனுஷ்கா தனது குழந்தைகள் மற்றும் பெற்றோருடன் சென்னையை நோக்கி புறப்-பட்டாள். ஜெயந்தியும் அவளது மகன் சூர்யாவும் மதுரையிலிருந்து வத்-தலகுண்டை நோக்கி கிளம்பினார்கள்.

பரமேஸ்வரன் சின்னாளப்பட்டியில் இருந்த பொழுது ஊரில் திருவிழா நடந்தது. திருவிழாவிற்கு ஜெயந்தியும் அவளது இரு மகன்களையும் அழைத்துக் கொண்டு வந்திருந்தாள். திருவிழாவானது கோலாகலமாக கொண்டாடப்பட்டது. ஜெயந்தியும் அவளது மகன்களும் அடிக்கடி ஊருக்கு வந்து செல்வார்கள். வரும்பொழுது அவர்களது தோட்டத்தில் விளைந்த விளைவு பொருட்களை எடுத்துக் கொண்டு வருவார்கள்.

அனுஷ்கா சென்னையை சென்று அடையும் முன்பே பரமேஸ்வரன் துபாய் விமான நிலையம் வந்தடைந்தான். விமான நிலையத்தில் வழக்-கமாக நடைபெறும் பரிசோதனைகள் எல்லாம் கடந்து விமான நிலை-யத்தை விட்டு வெளியில் வந்தான் பரமேஸ்வரன். அங்கு அவனுக்காக அவன் பணிபுரிய வந்த நிறுவனத்தின் ஊழியர் ஒருவர் வெளியில் நின்று கொண்டிருந்தார். அவர் பரமேஸ்வரனை வண்டியில் ஏற்றிக்கொண்டு துபாய் மாநகரின் நெடுஞ்சாலையின் வழியே சென்றார். பரமேஸ்வரன் துபாயை பற்றி கேள்விப்பட்டதுண்டு ஆனால் இப்போதுதான் நேரில் பார்க்கிறான். வானளவு உயர்ந்த கட்டிடங்கள். எம்மாடி எவ்வளவு பெருசு! இதெல்லாம் எப்படி கட்டியிருப்பாங்க என வியந்து கொண்டே கட்டிடங்களை பார்வையிட்டு கொண்டு சென்றான். இதுவரை அவன் பார்த்ததிலேயே மிகப்பெரிய கண்ணாடி கட்டிடம் ஒன்று அவன் கண்-ணில் தென்பட்டது. இது என்ன கட்டிடம்? என அவனை அழைத்துச் சென்ற நபரிடம் கேட்டான். இதுதான் புர்ஜ் கலீஃபா (Burj Khalifa) என்று அவர் கூறினார். பரமேஸ்வரன் அந்த கட்டிடத்தை மிக வியப்பு-டன், அவனது கண்ணில் இருந்து மறையும் வரை பார்த்துக் கொண்டே சென்றான்.

ஒரு மணி நேரம் பயணித்த பிறகு அவர்கள் ஒரு தங்கும் விடுதி அடைந்தார்கள். இது என்ன இடம்? என பரமேஸ்வரன் கேட்டான். இது நமது நிறுவனத்தில் பணிபுரியும் ஊழியர்கள் தங்கும் விடுதி என்று

அவர் கூறினார். பரமேஸ்வரன் தனது பைகளை கொண்டு சென்று ஒரு அறையில் வைத்தான். அவனை அழைத்து வந்த நபர், இன்னும் இரண்டு நாட்கள் கழித்து நீங்கள் பணியில் சேர வேண்டும் என்று கூறினார். சரி என்று பதில் அளித்தான் பரமேஸ்வரன். நெடுந்தூரம் பயணித்து வந்த களைப்பினால் கண்கள் சொக்கியது. அவன் வந்ததிலிருந்து இன்னும் எதுவும் சாப்பிடவில்லை. ஆகையால் விடுதியின் உணவகத்திற்கு சென்று சாப்பிடலாம் என எண்ணினான். நம்ம ஊரு சாப்பாடு கிடைக்குமோ கிடைக்காதோ என எண்ணிக்கொண்டே சென்றான். ஆனால் அந்த விடுதியில் தங்கியிருந்தவர்களில் முக்கால்வாசி பேர் நமது தமிழ்நாட்டை சேர்ந்தவர்கள். ஆகையால் அங்கு நம்ம ஊர் உணவே பரமேஸ்வரனுக்கு கிடைத்தது. சாப்பிட்டு முடித்தவுடன் தனது அறைக்கு வந்து படுத்து உறங்கி விட்டான்.

அடுத்த நாள் காலையில் எழுந்தான். ஆனால் அங்கு இன்னும் விடியவில்லை. ஏனெனில் இந்தியாவை விட ஒன்றரை மணி நேரம் பின்தங்கியுள்ளது துபாய். அப்போதுதான் அந்த நேர வித்தியாசத்தை உணர்ந்தான் பரமேஸ்வரன். பின்னர் அனுஷ்காவை செல்போனில் தொடர்பு கொண்டு, “அனுஷ்கா நான் நேற்று சாயங்காலம் துபாய் வந்து விட்டேன். நீங்க எப்போ சென்னை போய் சேர்ந்தீங்க என கேட்டான். விடியற்காலையில் வந்தோம் என அனுஷ்கா பதில் கூறினாள். பிள்ளைகள் என்ன பண்ணுறாங்க என கேட்டான். அவங்க ரெண்டு பேரும் தூங்கிகிட்டு இருக்காங்க என்றாள் அனுஷ்கா. சரி அனுஷ்கா நீயும் தூங்கு நான் அப்புறமா பேசறேன்” என்று சொல்லி போனை வைத்து விட்டான் பரமேஸ்வரன். பின்னர் தனது அண்ணன் ராஜுவை தொடர்பு கொண்டு பேசினான். அவனது அம்மாவான காத்தாயிடம் தான் பத்திரமாக துபாய் வந்து விட்டதாக கூறினான். பின்னர் அவனது அக்கா ஜெயந்தியையும் செல்போனில் தொடர்பு கொண்டு தான் துபாய் வந்துவிட்டதை தெரிவித்தான். பின்னர் காலை உணவை முடித்துவிட்டு, துபாயின் வீதிகளில் நடந்தான். எல்லாம் பெரிய பெரிய கடைகள். பெரும்பாலும் அந்தக் கடைகளில் அரபு மொழிகளில் எழுதி இருந்ததால் அவனுக்கு எதுவும் புரியவில்லை. ஆனாலும் வேடிக்கை பார்த்துக் கொண்டே சென்றான். அப்போதுதான் அவன் துபாயில் ஏசி இல்லாமல் வாழ முடியாது என தெரிந்து கொண்டான். ஏனெனில் அவன் நடந்து

சென்றது துபாய் நேரப்படி காலை 11 மணியளவில். வெயில் சுட்டெரித்துக் கொண்டிருந்தது. அவனது ஆடைகள் முழுவதும் வியர்வையால் நனைந்து விட்டன. உடனே தனது அறைக்குத் திரும்பி ஒரு குளியலை போட்டான் பரமேஸ்வரன்.

இரண்டு நாட்கள் கழித்து தனது சான்றிதழ்களை எல்லாம் எடுத்துக் கொண்டு நிறுவனத்திற்கு சென்றான் பரமேஸ்வரன். நேர்முகத் தேர்வில் அவர்கள் கேட்ட கேள்விகளுக்கு நன்றாகவே பதில் அளித்தான். அவனுக்கு அந்த நிறுவனத்தில் மேற்பார்வையாளர் (Supervisor) பணி கிடைத்தது. வேலைக்குச் செல்ல ஆரம்பித்தான். அந்த வேலை அவனுக்கு மிகவும் பிடித்திருந்தது. நாட்கள் மிக விரைவாக ஓடின. தினசரி வேலை முடிந்து திரும்பிய பிறகு தனது பிள்ளைகளிடம் வீடியோ காலில் பேசிக் கொண்டிருப்பான் பரமேஸ்வரன்.

மற்றொருபுறம் ராஜீவும், கண்மணியும் தனது பிள்ளைகளை நன்றாக வளர்த்து வந்தார்கள். அவர்களின் எதிர்காலத்திற்காகவும், குழந்தைகளின் எதிர்காலத்திற்காகவும் பல நல்ல யோசனைகள் திட்டங்கள் செய்து வந்வந்தார்கள். தங்களது இரண்டு குழந்தைகளுக்கும் தங்கச் சங்கிலிகள் செய்தார்கள். மேலும் வீடு கட்டுவதற்கான முயற்சிகளை செய்து வந்தார்கள். அதற்காக சிறுக சிறுக பணம் சேமித்து வந்தார்கள்.

காலச்சக்கரமானது சொல்லி முடியாத வேகத்தில் சென்று கொண்டிருந்தது.

18

இறைவி

டீக்கடை மேசையில் உட்கார்ந்து கொண்டு இருவர் பேசிக் கொண்டிருந்தார்கள்.

என்னப்பா, சீனாவுல ஏதோ புதுசா வியாதி பரவுதாமே? என்ன விஷயம்? நீதான் தினசரி பேப்பர் படிக்கிற ஆளாச்சே அதான் உன்கிட்ட கேக்குறேன். அதுவா! சீனாவுல ஏதோ வுஹான்னு ஒரு ஊரு இருக்குதாம். அங்க இறைச்சி சந்தை இருக்கிறதாம். அங்க ஏதோ கொரோனா அப்படின்னு ஒரு வைரஸ் வியாதி பரவுதாம். அதோட அறிகுறி சாதாரண சளி, காய்ச்சல், இருமல் அப்படின்னு அந்த நாட்டு ஆராய்ச்சி ஆளுங்க சொல்லுறாங்களாம். ஓஹோ அப்படியா விஷயம். எப்படி இந்த கொரோனா பரவ ஆரம்பிச்சுச்சு? அது எப்படின்னு அந்த நாட்டுக்காரங்களுக்கே தெரியல. ஒருத்தன் வவ்வால்ல இருந்து வந்துச்சுன்னு சொல்றான். இன்னொருத்தன் மீன்ல இருந்து வந்துச்சுன்னு சொல்றான். எதை நம்புறதுன்னே தெரியலப்பா. சைனாவுல இப்படி ஒரு கொரோனா வியாதி பரவுவது என்று சைனாக்காரனே முதல்ல சொல்ல. சைனாவுக்கு பக்கத்துல இருக்க தைவான் நாட்டுக்காரன் தான் கண்டுபிடித்து சொன்னான். அந்த காரணத்தினால் சீனாக்காரன் தைவான் நாட்டு காரன் மேல ரொம்ப கோவத்துல இருக்கான். ஒரு பெண் அறிவியல் ஆராய்ச்சி அம்மா தான் இத முதல்ல சொன்னது. டைம் ஆன்ல இருந்தா உயிருக்கு ஏதாவது ஆபத்து வரும்னு அந்த அம்மா அமெரிக்காவுக்கு போயிருச்சு. நம்ம நாட்டுக்குள்ள இந்த வியாதி வராமல் இருந்தா போதும். இவ்வாறு அந்த இரண்டு நபர்கள் மட்டும் அல்ல

உலகம் முழுவதே அவ்வாறுதான் பேசிக் கொண்டிருந்தது.

கொரோனா என்றால் என்ன? எவ்வாறு பரவுகிறது? அதனால் எத்தகைய விளைவுகள் ஏற்படும் என்பது அப்போதைக்கு யாருக்கும் தெரியவில்லை. அப்படிப்பட்ட சூழ்நிலையில் நமது நாடு மற்றும் உலக நாடுகள் இடையே கொரோனா வைரஸ் ஆனது தனது காலடியை பதித்தது. இதனால் உலக நாடுகள் பலவிதமான கட்டுப்பாடுகளை கொண்டுவந்தன. அதேபோல் இந்தியாவிலும் முதற்கட்டமாக 21 நாட்கள் முழு ஊரடங்கு நாடு முழுவதும் அமல்படுத்தப்பட்டது. எப்போதும் மக்கள் கூட்டம் நிறைந்து காணப்படும் மாபெரும் நகரங்கள் அந்த ஊரடங்கு நாட்களில் மயான அமைதியை கொண்டிருந்தது. சாலைகள் மக்கள் நடமாட்டம் இன்றி வெறிச்சோடி காணப்பட்டது. கொரோனாவின் பரவலைப் பொருத்து ஊரடங்கு மேலும் மேலும் நீட்டிக்கப்பட்டது. இந்தியா மட்டுமல்ல உலகம் முழுவதுமே அப்படித்தான். கொரோனாவின் முதல் அலை இந்தியாவில் பெரும்பான்மையான நகரப் பகுதி மக்களையே அதிகம் பாதித்தது. கொரோனாவின் கொடூரங்களை பற்றி பேச ஆரம்பித்தால் நேரம் போதாது வாருங்கள் கதையினை கவனிப்போம்.

நாடு முழுவதும் ஊரடங்கு அமல்படுத்தப்பட்டதால், நமது கதையில் வரும் கதை மாந்தர்கள் அனைவருமே வீட்டிற்குள்ளேயே அடைந்து கிடக்க வேண்டி வந்தது. கிராமப்புறங்களில் விவசாய பணிகளுக்கு மட்டும் அனுமதி அளிக்கப்பட்டது. ஊரடங்கு நாட்களில் அனைத்து மக்களின் பொருளாதாரம் பெருதளவில் பாதிக்கப்பட்டது. நிறைய நாட்டு மக்கள் ஒருவேளை உணவிற்காக இந்த ஊரடங்கு நாட்களில் மிகவும் கஷ்டப்பட்டார்கள். ராஜீவும், கண்மணியும் இந்த ஊரடங்கு நாட்களில் குடும்பத்தை நடத்த அவர்கள் வீடு கட்டுவதற்காக சேமித்து வைத்திருந்த பணத்தைதான் செலவு செய்தார்கள். அனுஷ்காவும் அவளது குழந்தைகளும் மேலும் அவளது பெற்றோர்களும் சென்னையில் வசித்து வந்ததால் அத்தியாவசிய பொருள்களுக்கு நிறைய செலவானது. துபாயிலிருந்து பரமேஸ்வரன் தான் அவர்களின் அனைத்து செலவையும் பார்த்துக் கொண்டான். ஊரடங்கானது மெல்ல மெல்ல விலக்கிக்கொள்ளப்பட்டது. ஆனால் பள்ளிகள் திறக்கப்படவில்லை. ஆகையால் கண்மணி வேலைக்குச் செல்ல முடியவில்லை. குழந்தைகளை பார்த்துக் கொண்டு வீட்டிலேயே இருந்தாள். ராஜு மட்டுமே வேலைக்கு சென்றான்.

ராஜுவின் வருமானத்தை கொண்டு மட்டுமே அந்த ஊரடங்கு நாட்களில் குடும்பத்தை ஓட்டுவது மிகவும் சிரமமாக இருந்தது. கொரோனா முதல் அலையின் பேச்சு சற்று ஓய்ந்திருந்த நிலையில் நாட்டில் மீண்டும் கொரோனா புதிய வடிவத்தில் பரவத் தொடங்கியது. மீண்டும் ஊரடங்கானது அமல்படுத்தப்பட்டது. என்னடா இது உலகத்துக்கு வந்த சோதனை என மக்கள் எண்ணிக் கொண்டார்கள். கொரோனாவின் இரண்டாம் அலையின் தாக்கமானது கிராமப்புறங்களில் அதிக அளவு காணப்பட்டது. சின்னாளபட்டியில் பலர் கொரோனாவால் பாதிக்கப்பட்டார்கள். அந்த சமயத்தில் கண்மணியும், ராஜவும் குழந்தைகளை வைத்துக்கொண்டு மிகவும் பதறிப்போனார்கள்.

இதுவும் கடந்து போகும் என்று சொல்வார்கள் அல்லவா? அதுபோல கொரோனாவின் இரண்டாம் அலையும் முடிவுக்கு வந்துகொண்டிருந்தது. சில நாட்கள் கழித்து பள்ளிகளும் திறக்கப்பட்டன. கண்மணியும் வேலைக்குச் சென்றாள். எல்லாம் நல்லபடியாக சென்றது. ஒரு நாள் இரவில் அனைவரும் தூங்கிக் கொண்டிருக்கும்பொழுது, ராஜு திடீரென லொக் லொக் என இடைவிடாமல் இரும ஆரம்பித்தான். கண்மணி விழித்துக்கொண்டாள். என்னங்க ஆச்சு? இருமிக்கிட்டே இருக்கீங்க என கேட்டாள். தெரியல கண்மணி திடீரென இருமல் வருது என ராஜு கூறினான். கண்மணி தனது மாமியார் ஆன காத்தாயிடம் இதனை கூறினாள். அவள் மிளகு சாப்பிட்டுவிட்டு தண்ணீர் குடிக்க சொன்னாள். அப்போதும் இருமல் நிற்கவில்லை. ஒரு மணி நேரம் கழித்து இருமல் தானாக நின்றது. ராஜு மெல்ல நித்திரையில் ஆழ்ந்தான்.

அடுத்த நாள் காலை விடிந்தது. ராஜுவிற்கு இருமல் விட்டு விட்டு வந்தது. இது சரிப்பட்டு வராது என ராஜுவை அழைத்துக் கொண்டு மருத்துவமனைக்கு சென்றார்கள். மருத்துவர் மருந்து மாத்திரை எழுதிக் கொடுத்தார். அதனை சாப்பிட்டும் இருமல் நிற்கவில்லை. மருத்துவர் ராஜுவிற்கு CT ஸ்கேன் பரிசோதனை செய்து வருமாறு கூறினார்கள். ராஜுவிற்கு CT ஸ்கேன் பரிசோதனை எடுக்கப்பட்டது. அவனுக்கு கொரோனா நோய் தொற்று இருப்பது உறுதி செய்யப்பட்டது. கண்மணி இதனை கண்டு மிகவும் பதறிப்போனாள். பயப்படாதீங்க கண்மணி சரியாகவிடும் என மருத்துவர்கள் கூறினார்கள். ராஜுவை மருத்துவமனையில் அனுமதித்தார்கள். நாளுக்கு நாள் ராஜுவிற்கு மூச்சு விடுவதில் சிரமம் ஏற்பட்டது. அதற்காக ஆக்சிஜன் சிலிண்டர் பொருத்தப்பட்டது.

கொரோனா நோய் தொற்று என்பதால் உறவினர்கள் மருத்துவமனைக்கு வருவதற்கு பயந்தார்கள். கிட்டத்தட்ட அது தீபாவளி சமயம் ஆதலால் மக்கள் அதில் பிசியாக இருந்தார்கள். ஜெயந்தியின் கணவர் சத்ய-ராஜ் சின்னாளப்பட்டிக்கு சென்று வேலனையும் அவனது தங்கச்சியை-யும் வத்தலகுண்டுக்கு அழைத்து வந்தார். இருவரும் சின்ன குழந்தை-கள் ஆகையால் அவர்களுக்கு நடப்பது என்னவென்று புரியவில்லை. வேலன் தீபாவளிக்கு வெடிப்பதற்காக பட்டாசு வாங்கி வைத்திருந்தான்.

பரமேஸ்வரன் இந்த செய்தியை கேள்விப்பட்டதும் பத்றிபோனான். கொரோனா கட்டுப்பாடுகளால் அவனால் நாட்டிற்கு திரும்ப முடிய-வில்லை. அனுஷ்காவும் வர முடியவில்லை ஏனென்றால் அவளின் தாயாருக்கும் கொரோனா நோய் தொற்று ஏற்பட்டு இருந்தது.

என்ன ஆனாலும் பார்த்துக்கலாம் என தைரியத்துடன் சூர்யா மருத்-துவமனைக்கு கிளம்பி சென்றான். அவன் தான் கண்மணிக்கு ஆறுதல் சொல்லிக் கொண்டிருந்தான். நாளுக்கு நாள் ராஜு பேசுவதும் குறைந்து கொண்டே வந்தது. கண்மணி இரவு பகல் தூங்காமல் ராஜுவின் அரு-கிலேயே அவனது கையை பிடித்துக் கொண்டு அமர்ந்து இருந்தாள். ராஜு, கண்மணியை பார்த்துக் கொண்டே இருப்பான். கிட்டத்தட்ட பத்து நாட்கள் ஆனது. ஜெயந்தி, காத்தாயி மற்றும் கண்மணியின் அப்பா ஆகியோர் மாறி மாறி மருத்துவமனைக்கு சென்று வந்து கொண்டிருந்-தார்கள். மேலும் நாட்கள் ஆக ஆக ராஜூ உடல் நலிந்து கொண்டே சென்றது. மருத்துவர்கள் வருவார்கள் பார்த்துவிட்டு சரியாகும் என்று மட்டும் சொல்லிவிட்டு செல்வார்கள். உண்மையில் ராஜுவிற்கு உடலில் இதற்கு முன் வேறு ஏதோ பிரச்சனை இருந்துள்ளது. ராஜு அதைப்-பற்றி யாரிடமும் இதுவரை சொல்லியதில்லை. அவ்வளவு ஏன் கண்ம-ணியிடம் கூட சொல்லிவதில்லை. நாம் மருத்துவர்களை குறை சொல்லி எந்த ஒரு பயனும் இல்லை. ஏனெனில் கொரோனா மருத்துவ உலகிற்-கும் புதியது. எவ்வாறு சமாளிப்பது என்று மருத்துவர்களுக்கும், அறிவி-யல் ஆராய்ச்சியாளர்களுக்கும் புரியவில்லை. மேலும் இந்த கொரோனா-வானது தனது வடிவத்தை நாளுக்கு நாள் மாற்றிக் கொண்டே வந்தது.

ஒரு நாள் அனைவரும் மருத்துவமனையில் இருந்தார்கள். கண்மணி ராஜிவை விட்டு பிரியவில்லை. அது ஒரு மாலை நேரம். ராஜு மூச்சு விடுவதற்கு மிகவும் சிரமப்பட்டு கொண்டிருந்தான். கண்மணியினால் ராஜூ அப்படி சிரமப்படுவதை பார்க்க முடியவில்லை. அவளது கண்-

ணில் கண்ணீர் தாரைதாரையாக கொட்டியது. மருத்துவர்கள் உள்ளே வந்தார்கள். ஆனவரை முயற்சி செய்து பார்த்தார்கள். அவர்களால் ராஜூவை காப்பாற்ற முடியவில்லை. ராஜூ கடைசியாக கண்மணியிடம் கூறியது பிள்ளைகளை நன்றாக பார்த்துக்கொள் என்று. ராஜூவின் உயிர் உடலை விட்டு பிரிவதை கண்மணி தனது கண்களால் பார்த்துக் கொண்டிருந்தாள். கண்மணியின் முகத்தை பார்த்துக் கொண்டே ராஜூ இந்த மண்ணுலகிடம் விடை பெற்றுக்கொண்டு விண்ணுலகம் சென்றான். கண்மணி அதிர்ச்சியில் மயங்கி விழுந்தாள். ஜெயந்தி மற்றும் கண்மணி மற்றும் காத்தாயி ஆகிய மூவரை உறவினர்களில் ஒருவர் காரில் ஏற்றி சின்னாளப்பட்டியில் கொண்டு போய்விட்டார். மற்றவர்கள் மருத்துவ-மனையில் இருந்து ராஜூவின் உடலை பெற்றுக்கொண்டு ஆம்புலன்ஸில் ஏற்றி சின்னாளப்பட்டிக்கு சென்றார்கள்.

ராஜூ இறந்த விஷயம் பரமேஸ்வரனுக்கு சொல்லப்பட்டபோது மயங்கி கீழே விழுந்தான். அவனுடன் பணிபுரியும் நபர்கள் அவனை தண்ணீர் தெளித்து எழுப்பி விட்டார்கள். எழுந்து உட்கார்ந்து கதறி கதறி அழுது கொண்டிருந்தான். அனுஷ்காவிடமும் இந்த செய்தி சொல்லப்பட்ட போது கதறி அழுதாள்.

ராஜூ இறந்த அன்று சூர்யா மருத்துவமனையில் இல்லை. ஏனென்-றால் அவனுக்கு உடல்நிலை சரியில்லை அதனால் அவன் வத்தலகுண்-டில் அவனது வீட்டில் இருந்தான். விதியின் விளையாட்டால் அவனால் தாய்மாமன் சாவுக்கு கூட போக முடியவில்லை.

உறவினர்கள் அனைவருக்கும் ராஜீ இறந்த செய்தி சொல்லப்பட்டது. ராஜூவின் உடல் சின்னாளப்பட்டிக்கு கொண்டுவரப்பட்டது.

சில வாசகர்களுக்கு இந்த நாவலின் முதல் அத்தியாயம் புரியாமல் இருந்திருக்க கூடும். ராஜூவின் உடல் சின்னாளப்பட்டிக்கு கொண்டு வந்த பின் நடந்த நிகழ்வுகள் தான் அவை. இப்போது நீங்கள் முதல் அத்தியாயத்தை படித்தால் கண்டிப்பாக தெளிவடைவீர்கள்.

(ரேடியோவில் ஒப்பாரி பாடல்கள் ஓடிக்கொண்டிருந்தன)

ராஜூவின் உடலுக்கு சம்பிரதாய சடங்குகள் செய்யப்பட்டன. பெரி-யவர்கள் சொல்வதற்கு ஏற்றார் போல் வேலன் செய்து கொண்டிருந்தான். ஆனால் அவனுக்கு உண்மையில் அங்கு என்ன நடக்கிறது என்று தெரியவில்லை. கண்மணியின் தாலி அறுக்கப்பட்டது. கதறி அழுது தனது மகனை கட்டி அணைத்துக் கொண்டாள் கண்மணி.

ராஜூவின் உடலை மயானத்திற்கு தூக்கிச் சென்றார்கள். வேலனுக்கு மொட்டை அடித்தார்கள். பானையில் தண்ணீரை ஊற்றி ஓட்டை போட்டு, ராஜூவின் உடலை மூன்று சுற்று சுற்றி வர சொன்னார்கள். பின்னர் அவனது கையினால் ராஜூவிற்கு கொல்லி வைத்தான். சடங்குகள் முடிந்து அனைவரும் வீடு திரும்பினார்கள். கண்மணியின் கன்னங்கள் அழுது அழுது வீங்கிப்போய் இருந்தது.

அன்று இரவு இரண்டு குழந்தைகளும் கண்மணியிடம், "அப்பா எங்க? அம்மா" என கேட்டார்கள்........

முடிவுரை

நமது வாழ்க்கையானது போர்க்களத்தை போன்றது. எந்தப் பக்கத்தில் இருந்தும் எப்போது வேண்டுமானாலும் எது வேணாலும் நிகழலாம். ஆகவே அனைத்திற்கும் நாம் எப்போதும் எது நடந்தாலும் பார்த்துக் கொள்ளலாம் என்ற உறுதி படைத்த நெஞ்சத்துடன் இருக்க வேண்டும்.

இந்த நேரத்தில் எனக்கு ஒரு பாடல் நினைவில் வருகிறது. நா. முத்துக்குமார் வரிகளில், யுவன் சங்கர் ராஜா இசையில் புதுப்பேட்டை திரைப்படத்தில் இடம் பெற்ற பாடல்.

“ போர்க்களத்தில் பிறந்து விட்டோம்
வந்தவைப் போனவை வருத்தமில்லை.
காட்டினிலே வாழ்கின்றோம்
முட்களின் வலியொன்றும் மரணமில்லை.”
என்றும் அன்புடன்
-தமிழன் தினா

www.ingramcontent.com/pod-product-compliance
Lightning Source LLC
LaVergne TN
LVHW040446051026
849517LV00002B/776
9798887725475